വിജ്ഞാനവർഷം

പുസ്തകം 71

രക്തം

raktham

•

jose jacob mannil

•

first edition
june 2010

•

typesetting
athma

•

published
chintha publishers, thiruvananthapuram

•

printed
repro india ltd, mumbai

•

cover
anil vega

വിതരണം

ദേശാഭിമാനി ബുക്ക് ഹൗസ്

H O തിരുവനന്തപുരം-695 035
phone: 0471-2303026, 6063026
www.chinthapublishers.com
chinthapublishers@gmail.com

ബ്രാഞ്ചുകൾ

ഹെഡ്ഓഫീസ് ബ്രാഞ്ച് കുന്നുകുഴി • സ്റ്റാച്യു തിരുവനന്തപുരം • കെ എസ് ആർ ടി സി ബസ് സ്റ്റേഷൻ ആലപ്പുഴ • കെ എസ് ആർ ടി സി ബസ് സ്റ്റേഷൻ എറണാകുളം • മച്ചിങ്ങൽ ലെയിൻ തൃശൂർ • ഐ ജി റോഡ് കോഴിക്കോട് • മാവൂർ റോഡ് കോഴിക്കോട് • എൻ ജി ഒ യൂണിയൻ ബിൽഡിങ് കണ്ണൂർ • സെൻട്രൽ ബസ് ടെർമിനൽ കോംപ്ലക്സ് താവക്കര കണ്ണൂർ

CO - VV.71 / 1420 / 2410
ISBN - 987-81-26204-11-7

രക്തം

ജോസ് ജേക്കബ് മണ്ണിൽ

ചിന്ത പബ്ലിഷേഴ്സ്
തിരുവനന്തപുരം-695 035

ജോസ് ജേക്കബ് മണ്ണിൽ

പത്തനംതിട്ട ജില്ലയിൽ കൈപ്പട്ടൂർ എന്ന സ്ഥലത്ത് 1957 മാർച്ച് 29 ന് ജനിച്ചു. കേരള യൂണിവേഴ്സിറ്റിയിൽനിന്ന് ബി എസ് സി ബിരുദവും തിരുവനന്തപുരം ഭാരതീയ വിദ്യാഭവനിൽ നിന്നും ജേർണലിസത്തിൽ ബിരുദാനന്തര ഡിപ്ലോമയും നേടി. ഇന്ദിരാഗാന്ധി നാഷണൽ ഓപ്പൺ യൂണിവേഴ്സിറ്റിയിൽ നിന്നും എം ബി എ ബിരുദം കരസ്ഥമാക്കിയിട്ടുണ്ട്.

തിരുവനന്തപുരം ശ്രീചിത്രതിരുനാൾ ഇൻസ്റ്റിറ്റ്യൂട്ട് ഫോർ മെഡിക്കൽ സയൻസസ് ആന്റ് ടെക്നോളജിയുടെ ബയോ മെഡിക്കൽ ടെക്നോളജി വിഭാഗത്തിൽ ജോലി ചെയ്യുന്നു. മാതാവ്: ചിന്നമ്മ ജേക്കബ്. ഭാര്യ: ഏലിയാമ്മ ജോസ്. മക്കൾ: ഷിബി, ഷിജി, ഷിന്റോ.

വിലാസം: ജോസ് ജേക്കബ് മണ്ണിൽ
റ്റി സി 8/851-1, മണ്ണിൽ ഹൗസ്
തിരുമല പി ഒ
തിരുവനന്തപരും-6

ഉള്ളടക്കം

1

രക്തം

"**അ**യ്യോ!....രക്തം..!" വിമലിന്റെ കൈയിൽനിന്നും രക്തം ഒഴുകുന്നത് കണ്ട് അമ്മ നിലവിളികൂട്ടി. വീട്ടിലുള്ള എല്ലാവരും ഓടിയെത്തി. "കുത്തിമറിഞ്ഞ് ചാടി ഈയവധിക്കാലത്ത് അവനെന്തെങ്കിലും കാട്ടിക്കൂട്ടും എന്ന് ഞാൻ നേരത്തെ വിചാരിച്ചതാ." അച്ഛൻ സുകുമാരൻ ഇത് പറയുമ്പോഴേക്കും മുറിവ് കെട്ടിവെക്കാൻ തുണിയും മരുന്നുമായി അമ്മ സാവിത്രി എത്തിക്കഴിഞ്ഞിരുന്നു. മുറിവ് മരുന്നുവച്ച് കെട്ടിയതിനുശേഷമാണ് എല്ലാവർക്കും സമാധാനമായത്. ഇതുപോലെയുള്ള സംഭവങ്ങൾ നമ്മുടെ ജീവിതത്തിലും ഉണ്ടായിട്ടില്ലേ? മനുഷ്യന്റെ ജീവനെ നിലനിറുത്തുന്ന രക്തത്തിന് ജീവരക്തം എന്ന പേരുതന്നെ നൽകാം.

രക്തത്തിന്റെ ധർമങ്ങൾ

രക്തധമനികളിൽക്കൂടി സദാ പ്രവഹിച്ചുകൊണ്ടിരിക്കുന്ന ചുവന്ന ദ്രാവകമാണ് രക്തം. രക്തത്തിന് നിരവധി ധർമങ്ങളുണ്ട്. ശരീരത്തിന്റെ നാനാഭാഗത്തുള്ള കോശങ്ങളുടെ പ്രവർത്തനങ്ങൾക്കാവശ്യമായ ഓക്സിജൻ എത്തിച്ചുകൊടുക്കുകയും തിരിച്ച് കോശങ്ങളിലുണ്ടാകുന്ന കാർബൺഡയോക്സൈഡിനെ ശ്വാസകോശങ്ങളിലെത്തിക്കുന്നതും രക്തമാണ്. ശ്വാസോച്ഛ്വാസപ്രക്രിയയുടെ നിയന്ത്രണത്തിലും രക്തം ഒരു പ്രധാന പങ്ക് വഹിക്കുന്നു.

ചെറുകുടലിലെ ദഹന ലയനപ്രവർത്തനങ്ങളുടെ ഫലമായി ഘനരൂപത്തിലുള്ള ആഹാരപദാർഥങ്ങൾ രൂപാന്തരപ്പെട്ട് രക്തത്തിൽ കലരുന്നു. രക്തചംക്രമണഫലമായി അവ ഓരോ കോശത്തിലും എത്തിച്ചേരുന്നു. കോശങ്ങളിൽനിന്നും നിർമാർജനം ചെയ്യപ്പെടേണ്ട വസ്തുക്കൾ വിസർജനാവയവങ്ങളിൽ എത്തിക്കുന്നതും രക്തമാണ്. ശരീരരക്ഷയിലും രക്തം ഒരു പ്രധാന പങ്കുവഹിക്കുന്നു. രോഗപ്രതിരോധശക്തി

സൃഷ്ടിച്ച്, രോഗാണുക്കളെ നശിപ്പിക്കുകയും ശരീരത്തെ രോഗവിമുക്തമാക്കുകയും ചെയ്യുന്നു.

നമ്മുടെ ശരീരത്തിന് ഒരു നിശ്ചിത ഊഷ്മാവാണുള്ളത്. ഇത് 37^0C ആണ്. 37^0C എന്നുപറഞ്ഞാൽ 37^0 സെൽഷ്യസ് എന്നർഥം. ശരീരോഷ്മാവ് ഫാറൻഹീറ്റ് എന്ന യൂണിറ്റിലും പറയുന്നു. ഇത് 98.6^0F ആണ്. 98.6^0F എന്നു പറഞ്ഞാൽ 98.6^0 ഫാറൻഹീറ്റ് എന്നർഥം. നീളം അളക്കുന്നതിന് ഇഞ്ച്, സെന്റീമീറ്റർ എന്നീ യൂണിറ്റുകൾ ഉപയോഗിക്കുന്നതുപോലെ, ഊഷ്മാവ് അളക്കുന്നതിന് സെൽഷ്യസ്, ഫാരൻഹീറ്റ് എന്നീ യൂണിറ്റുകൾ ഉപയോഗിക്കുന്നു. ശരീരത്തിന് ഏതെങ്കിലും അസുഖം ഉണ്ടാകുമ്പോൾ ശരീരോഷ്മാവിന് മാറ്റം വരുന്നു. പനിവരുമ്പോൾ ശരീരത്തിന് ചൂട് കൂടുന്നത് ഏവർക്കും അനുഭവമുള്ളതാണല്ലോ. ശരീരത്തിന്റെ ഊഷ്മാവ് നിയന്ത്രിക്കുന്നതിൽ രക്തം ഒരു പ്രധാന പങ്കുവഹിക്കുന്നു. ശരീരം കൂടുതൽ ചൂടായിരിക്കുമ്പോൾ ത്വക്കിലുള്ള രക്തക്കുഴലുകൾ വലുതാവുകയും, രക്തം അവിടേക്ക് കൂടുതൽ ഒഴുകുകയും ചെയ്യുന്നു. ഇതിന്റെ ഫലമായി ശരീരോഷ്മാവ് കുറയുന്നു. ശരീരം കൂടുതൽ തണുക്കുമ്പോൾ, ത്വക്കിലുള്ള രക്തക്കുഴലുകൾ ചുരുങ്ങുന്നു. ത്വക്കിലുള്ള രക്തക്കുഴലുകളിലേക്ക് രക്തം കൂടുതൽ പ്രവഹിക്കാത്തതുകാരണം ശരീരോഷ്മാവ് നഷ്ടപ്പെടാതെയിരിക്കും. ഇങ്ങനെയാണ് സ്ഥിരമായ ഊഷ്മാവ് മനുഷ്യശരീരം നിലനിറുത്തുന്നത്.

ശരീരത്തിലുള്ള വിവിധ ഗ്രന്ഥികളിലേക്ക് ആവശ്യമായ രാസപദാർഥങ്ങളെ എത്തിച്ചുകൊടുക്കുന്ന ജോലിയും രക്തത്തിനുള്ളതാണ്. ശരീരത്തിലെ അന്തഃസ്രാവഗ്രന്ഥികൾ (Endocrine Glands) ഉൽപ്പാദിപ്പിക്കുന്ന ഹോർമോണുകൾ രക്തത്തിലേക്ക് നേരിട്ട് കലരുകയാണ് ചെയ്യുന്നത്. ആമാശയത്തിന് പുറകുവശത്തായി കുറുകെ നീളത്തിൽ സ്ഥിതി ചെയ്യുന്ന 'ആഗ്നേയഗ്രന്ഥി' (Pancreas Gland) കഴുത്തിനിരുവശത്തുമായി കാണപ്പെടുന്ന 'തൈറോയ്ഡ് ഗ്രന്ഥി' (Thyroid Gland) തലയിലെ 'പിറ്റ്യൂട്ടറി ഗ്രന്ഥി' (Pituitary Gland) ഇവ അന്തഃസ്രാവഗ്രന്ഥികൾക്ക് ചില ഉദാഹരണങ്ങളാണ്. രക്തത്തിൽ കലരുന്ന ഹോർമോണുകളെ ശരീരത്തിന്റെ വിവിധ ഭാഗങ്ങളിലെത്തിക്കേണ്ട ചുമതല രക്തത്തിനുള്ളതാണ്. എൻഡോക്രൈൻഗ്രന്ഥികൾ ഉൽപ്പാദിപ്പിക്കുന്ന ഹോർമോണുകൾ ശരീരത്തിന്റെ പ്രവർത്തനത്തിൽ പ്രധാന പങ്കുവഹിക്കുന്നു. ഉദാഹരണമായി ആഗ്നേയഗ്രന്ഥി (Pancreas Gland) ഉൽപ്പാദിപ്പിക്കുന്ന ഹോർമോണായ 'ഇൻസുലിൻ' (Insulin) രക്തത്തിലുള്ള ഗ്ലൂക്കോസിന്റെ അളവിനെ ക്രമീകരിക്കുന്നു. പാൻക്രിയാസ് ഗ്രന്ഥിയിലെ ബീറ്റാകോശങ്ങളാണ് (Beta Cells) ഇൻസുലിൻ ഉൽപ്പാദിപ്പിക്കുന്നത്. ഏതെങ്കിലും കാരണവശാൽ ഇൻസുലിന്റെ ഉൽപ്പാദനം പോരാതെ വരികയോ, അതിന്റെ പ്രവർത്തനം ശരിയാവാതെ വരികയോ ചെയ്താൽ രക്തത്തിലെ ഗ്ലൂക്കോസിന്റെ അളവ് ക്രമാതീതമാവുകയും ക്രമേണ മൂത്രത്തിൽക്കൂടി പുറത്തുപോവുകയും ചെയ്യുന്നു. ഇതാണ് 'പ്രമേഹം' അഥവാ 'ഡയബറ്റിക് മെല്ലിറ്റസ്' (Diabetes Mellitus) എന്ന രോഗം. മനുഷ്യശരീരത്തിന്റെ ദൈനംദിനപ്രവർത്തനങ്ങളുടെ ആരോഗ്യകരമായ നടത്തിപ്പിന് നാനാവിധത്തിൽ രക്തം കാതലായ പങ്ക് വഹിക്കുന്നുണ്ട്.

2

രക്തഘടകങ്ങൾ

അരുണാണുക്കൾ (Red Blood Corpuscles), ശ്വേതാണുക്കൾ (White Blood Corpuscles), പ്ലേറ്റ്ലറ്റുകൾ (Platelets), ഇവകൂടാതെ പല തരം പ്രോട്ടീനുകൾ, ഹോർമോണുകൾ, കൊഴുപ്പ് പോലുള്ള മറ്റ് വസ്തു

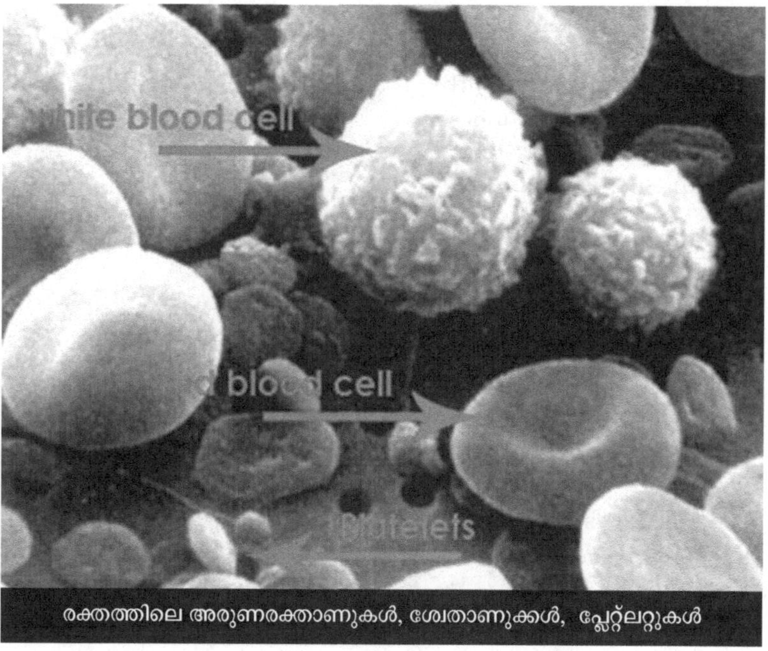

രക്തത്തിലെ അരുണരക്താണുക്കൾ, ശ്വേതാണുക്കൾ, പ്ലേറ്റ്ലറ്റുകൾ

ക്കൾ എന്നിവ ലയിച്ചുചേർന്ന പ്ലാസ്മ (Plasma) എന്നിവയാണ് രക്തത്തിലെ പ്രധാന ഘടകങ്ങൾ.

അരുണാണുക്കൾ (Red Blood Corpuscles)

"അരുണം" എന്നാൽ ചുവപ്പ് എന്നാണർഥം. "അരുണാണുക്കൾ", "ശോണാണുക്കൾ", "എറിത്രോസൈറ്റ്സ്" (Erythrocytes) തുടങ്ങിയ പേരുകളിലാണ് ചുവന്നരക്താണുക്കൾ അറിയപ്പെടുന്നത്. അരുണാണുക്കളാണ് രക്തത്തിന് ചുവപ്പ് നിറം നൽകുന്നത്. ഇവയ്ക്ക് ന്യൂക്ലിയസ് (Nucleus) അഥവാ"കോശകേന്ദ്രം"ഇല്ലത്രേ. ചുവന്നരക്താണുവിന്റെ വ്യാസം ഏകദേശം എട്ട് മൈക്രോമീറ്റർ ആയിരിക്കും. ഒരു മില്ലീമീറ്ററിന്റെ ആയിരത്തിലൊന്ന് ഭാഗമാണ് ഒരു മൈക്രോമീറ്റർ. ഇതിൽനിന്നും എട്ട് മൈക്രോമീറ്റർ മാത്രം വ്യാസമുള്ള ചുവന്നരക്താണുക്കൾ എത്ര ചെറുതാണെന്ന് ഊഹിക്കാമല്ലോ. മനുഷ്യശരീരത്തിലെ ഏറ്റവും ചെറിയ രക്തക്കുഴലുകളായ കാപ്പിലറികളുടെ വ്യാസം ഇതിലും കുറവാണ്. അതിനാൽ ചുവന്നരക്താണുക്കൾ ചെറിയ രക്തക്കുഴലുകളിൽക്കൂടി വളരെ ഞെരുങ്ങിയാണ് കടന്നുപോകുന്നത്. അരുണാണുക്കളുടെ ആകൃതി തന്മൂലം വ്യത്യാസപ്പെടുന്നു. ആകൃതി വ്യത്യാസപ്പെടുത്താവുന്ന ഒരു ബാഗുപോലെയാണത്രേ അരുണാണുക്കൾ ഈയവസരത്തിൽ പ്രവർത്തിക്കുന്നത്.

ലോകത്താദ്യമായി ചുവന്ന രക്താണുക്കളെ സൂക്ഷ്മദർശിനിയിൽ കൂടി കണ്ടത് എ ഡി 1658 ൽ ജാൻ സ്വാമർഡാം*(Jan Swammerdam)* എന്നൊരാളായിരുന്നു. *ബൈബിൾ ഓഫ് നേച്ചർ (Bible of Nature)* എന്ന ഗ്രന്ഥത്തിൽ ഇതിനെക്കുറിച്ചുള്ള ചിത്രങ്ങളും വിവരണങ്ങളും നൽകിയിട്ടുണ്ട്. അരുണാണുക്കളുടെ രൂപം, വലിപ്പം എന്നിവ വിവിധജന്തുക്കളിലും മനുഷ്യരിലും ഭിന്നമാണ്. പുരുഷന്മാരുടെ രക്തത്തിൽ സ്ത്രീകളുടേതിനേക്കാൾ കൂടുതൽ അരുണാണുക്കളും ഹീമോഗ്ലോബിനും ഉണ്ട്. ചുവന്ന രക്താണുക്കളിലുള്ള ഒരു പ്രോട്ടീനാണ് ഹീമോഗ്ലോബിൻ.

ജാൻ സ്വാമർഡാം

രക്തത്തിലെ ഹീമോഗ്ലോബിന്റെ അളവ് പുരുഷന്മാരിൽ 16 ഗ്രാമും,സ്ത്രീകളിൽ 14 ഗ്രാമും ആണ്. ഒരു മില്ലീലി

റ്റർ രക്തത്തിൽ ശരാശരി 40 ലക്ഷംമുതൽ 50 ലക്ഷംവരെ ചുവന്നരക്താണുക്കൾ അടങ്ങിയിരിക്കുന്നു. ശോണാണുക്കളുടെ ശതമാന അളവിന് "ഹീമോറ്റോക്രിറ്റ്" (Haematocrit) എന്നാണ് പറയുന്നത്. പുരുഷന്മാരിൽ 100 മില്ലീലിറ്റർ രക്തത്തിൽ ശരാശരി 45 മില്ലീലിറ്റർ ചുവന്നരക്താണുക്കൾ ഉണ്ടായിരിക്കും. അതായത് പുരുഷന്മാരുടെ ഹീമോറ്റോക്രിറ്റ് 45 ആണ്. സ്ത്രീകളിൽ ഇത് ശരാശരി 40 ആയിരിക്കും.

ഹീമോഗ്ലോബിൻ (Haemoglobin)

ശോണാണുക്കളിലുള്ള "ഹീമോഗ്ലോബിൻ" (Haemoglobin) എന്ന പ്രോട്ടീനാണ് രക്തത്തിന് ചുവപ്പ് നിറം നൽകുന്നന്നത്. ഓക്സിജനെ വഹിച്ചുകൊണ്ട് പോകുന്ന ജോലിയാണ് ഹീമോഗ്ലോബിനുള്ളത്. ഓക്സിജനുമായി കൂടിച്ചേരുവാനും ആവശ്യം വരുമ്പോൾ വിടുവിച്ച് മാറ്റുവാനുമുള്ള കഴിവ് ഹീമോഗ്ലോബിൻ എന്ന പ്രോട്ടീനുണ്ട്. ശ്വാസകോശത്തിൽവെച്ച് ഹീമോഗ്ലോബിൻ ഏതാണ്ട് 95 ശതമാനംവരെ ഓക്സിജൻ ഉൾക്കൊള്ളുന്നു. ഓക്സിജൻ ഹീമോഗ്ലോബിനുമായി ചേരുമ്പോൾ "ഓക്സി ഹീമോഗ്ലോബിൻ"(Oxy Haemoglobin) എന്ന അസ്ഥിരമായ യൗഗികം ഉണ്ടാകും. ശരീരത്തിന്റെ വിവിധഭാഗങ്ങളിലുള്ള കോശങ്ങളിലെത്തുമ്പോൾ ഈ യൗഗികം വിഘടിച്ച് ഓക്സിജൻ വേർപെടുന്നു. ഒരു ഗ്രാം ഹീമോഗ്ലോബിന് 1.34 മില്ലീലിറ്റർ ഓക്സിജനുമായി കൂടിച്ചേരുന്നതിന് കഴിയും.

അരുണാണുക്കളിലുള്ള ഹീമോഗ്ലോബിനിൽ "ഹീം" (Haem) എന്ന ഇരുമ്പ് തന്മാത്രയും "ഗ്ലോബിൻ" (Globin) എന്ന പ്രോട്ടീൻ തന്മാത്രയും അടങ്ങിയിരിക്കുന്നു. മനുഷ്യശരീരത്തിൽ മൊത്തം 4ഗ്രാം ഇരുമ്പ് എന്ന മൂലകം ഉണ്ട്. ഇതിൽ ഭൂരിഭാഗവും ഹീമോഗ്ലോബിൻ തന്മാത്രയിലാണ്. മറ്റ് ചിലപ്രോട്ടീനുകളിലും ഇരുമ്പ് അടങ്ങിയിട്ടുണ്ട്.ഹീമോഗ്ലോബിൻ തന്മാത്രയുടെയും ഇരുമ്പ് അടങ്ങിയ മറ്റ് പ്രോട്ടീനുകളുടേയും നിർമാണത്തിന് ഇരുമ്പ് ആവശ്യമാണ്. പാലിലും പച്ചക്കറികളിലും ഒക്കെ ഇരുമ്പ് അടങ്ങിയിരിക്കുന്നു. മുരിങ്ങയില,ചീര,പാവയ്ക്ക തുടങ്ങിയവയിൽ ധാരാളമായി ഇരുമ്പിന്റെ അംശം അടങ്ങിയിട്ടുണ്ട്. ഇരുമ്പു ചീനച്ചട്ടിയിൽ ഭക്ഷണം പാകംചെയ്താൽ അതിൽനിന്ന് കുറച്ച് ഇരുമ്പിന്റെ അംശം ഭക്ഷണത്തിലെത്തുന്നു. നാം കഴിക്കുന്ന ആഹാരത്തിൽനിന്നും ഇരുമ്പിന്റെ ആഗിരണം നടക്കാതെ വരുന്ന സാഹചര്യത്തിൽ ഹീമോഗ്ലോബിന്റെ ഉൽപ്പാദനം തടസപ്പെടുന്നു. വിറ്റാമിനുകളുടെ കുറവ്, മെർക്കുറി, ആർസനിക് തുടങ്ങിയ വിഷവസ്തുക്കളുടെ സാന്നിധ്യം, ചെറുകുടലിലുള്ള അണുബാധ തുടങ്ങിയ നിരവധി കാരണങ്ങളാൽ ഇരുമ്പിന്റെ ആഗിരണം തടസപ്പെടുന്നു.

അരുണാണുക്കളുടെ ഉൽപ്പാദനം

ശരീരം ഒരു ഫാക്ടറിയാണെന്ന് സങ്കൽപ്പിക്കുക ഫാക്ടറിയിലെ ഓരോ വിഭാഗങ്ങളിൽ ആയിരിക്കുമല്ലോ വിവിധ ഉൽപ്പന്നങ്ങൾ നിർമിക്കുന്നത്. ഇതുപോലെ രക്തത്തിലെ വിവിധഘടകങ്ങളും ശരീരത്തിന്റെ വിവിധ ഭാഗങ്ങളിലാണ് ഉൽപ്പാദിപ്പിക്കുന്നത്. ആവശ്യമനുസരിച്ച് ഫാക്ടറിയിൽ ഉൽപ്പന്നങ്ങൾ നിർമിക്കുന്നതുപോലെ, രക്തത്തിലെ ചുവന്നരക്താണുക്കൾ ആവശ്യമനുസരിച്ച് പുതുതായി ഉൽപ്പാദിപ്പിക്കപ്പെടുന്നു.

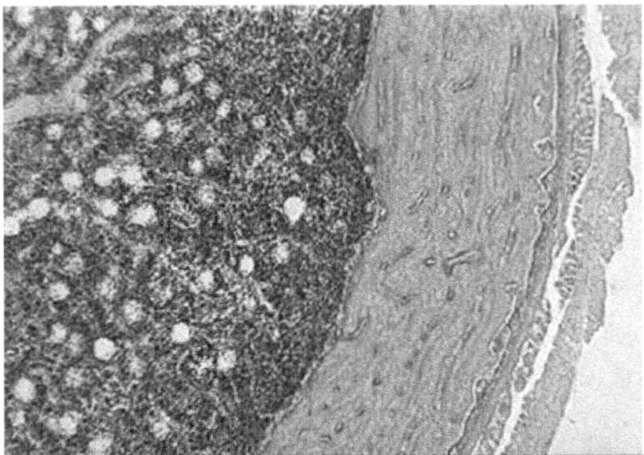
അസ്ഥിമജ്ജ

അസ്ഥിമജ്ജയിലാണ് ശോണാണുക്കളുടെ ഉൽപ്പാദനം നടക്കുന്നത്. അസ്ഥിക്കുള്ളിൽ കാണപ്പെടുന്ന മൃദുവായ ഭാഗമാണ്"അസ്ഥിമജ്ജ" (Bone Marrow).അസ്ഥിമജ്ജയിലുള്ള "എറിത്രോബ്ലാസ്റ്റ്" (Erythroblast) എന്ന കോശമാണ് ചുവന്നരക്താണുക്കൾക്ക് ജന്മംനൽകുന്നത്. ചുവന്നരക്താണുക്കൾ നശിക്കുന്നതനുസരിച്ച് അസ്ഥിമജ്ജയിലെ കോശങ്ങൾ ഊർജസ്വലമായി പ്രവർത്തിക്കുന്നു. അസ്ഥിമജ്ജ"ചുവന്നരക്താണുക്കളുടെ തൊട്ടിൽ" എന്നാണറിയപ്പെടുന്നത്. അസ്ഥിമജ്ജയിൽനിന്നും രക്തത്തിലെത്തിച്ചേരുന്ന അരുണാണുക്കളുടെ ആയുസ്സ് 90 ദിവസംമുതൽ 125 ദിവസംവരെ മാത്രമാണ്. 90 ദിവസംമുതൽ 125 ദിവസംവരെ കഴിയുമ്പോൾ ഓക്സിജനെ വഹിച്ചുകൊണ്ട് പോകുന്നതിനുള്ള അരുണാണുക്കളുടെ ശേഷി കുറയുന്നു. പ്രായംചെന്ന അരുണാണുക്കൾ രക്തത്തിൽ പൊട്ടിപ്പോകുകയും ശരീരത്തിന്റെ വിവിധഭാഗങ്ങളിൽവെച്ച് നശിപ്പിക്കപ്പെടുകയും ചെയ്യുന്നു. പ്രധാനമായും കരൾ (Liver), പ്ലീഹ (Spleen),അസ്ഥിമജ്ജ (Bone Marrow)എന്നിവിടങ്ങളിൽവച്ചാണ് ശോണാണുക്കൾ നശിപ്പിക്കപ്പെടുന്നത്. പ്ലീഹയിൽവച്ച് ചുവന്നരക്താണുക്കൾ നശിപ്പിക്കപ്പെടുന്നതിനാൽ പ്ലീഹ "ചുവന്നരക്താണുക്കളുടെ ശ്മശാനം"

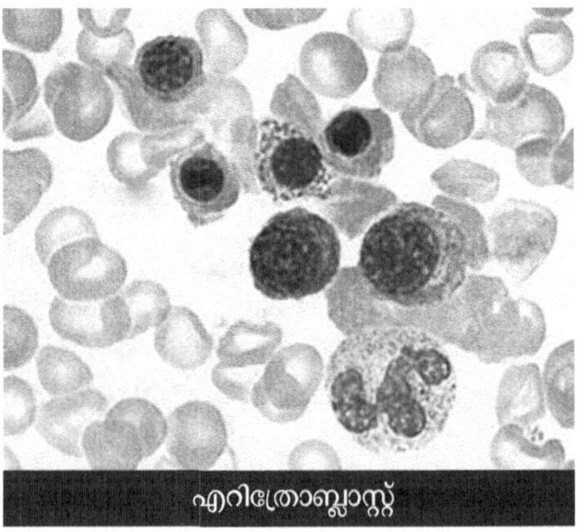
എറിത്രോബ്ലാസ്റ്റ്

എന്നാണറിയപ്പെടുന്നത്.

ഉയർന്ന സ്ഥലങ്ങളിൽ ജീവിക്കുന്ന സസ്തനജീവികളിൽ അരുണാണുക്കളുടെയും ഹീമോഗ്ലോബിന്റെയും അളവ് സമുദ്രനിരപ്പിൽ ജീവിക്കുന്ന ജീവികളുടേതിനേക്കാൾ കൂടുതലായിരിക്കും. 'എറിത്രോപൊയറ്റിൻ' (Erythropoietin)എന്ന പ്രോട്ടീനാണ് ചുവന്നരക്താണുക്കളുടെ ഉൽപ്പാദനത്തെ ത്വരിതപ്പെടുത്തുന്നത്. വൃക്കയിലാണ്"എറിത്രോപൊയറ്റിൻ" നിർമിക്കുന്നത്. ഏതെങ്കിലും കാരണവശാൽ വൃക്കയ്ക്ക് തകരാറ് സംഭവിച്ചാൽ "എറിത്രോപൊയറ്റിൻ" എന്ന പ്രോട്ടീന്റെ ഉൽപ്പാദനം നിലയ്ക്കുകയും തന്മൂലം അരുണാണുക്കളുടെ ഉൽപ്പാദനം കുറയുകയും ചെയ്യുന്നു.

ശ്വേതാണുക്കൾ (White Blood Corpuscles)

രക്തത്തിലെ മറ്റൊരു പ്രധാനപ്പെട്ട ഘടകമാണ് 'ശ്വേതാണുക്കൾ' അഥവാ 'വെളുത്ത രക്താണുക്കൾ' (White Blood Corpuscles). ശ്വേതാണുക്കൾ "ല്യൂക്കോസൈറ്റ്സ്" (Leucocytes)എന്ന പേരിലും അറിയപ്പെടുന്നു."ല്യൂക്കോസ്" (Leucos)എന്നാൽ നിറമില്ലാത്തത് എന്നും "സൈറ്റോൺ' (Cyton) എന്നാൽ കോശം എന്നുമാണർഥം. ഈ രണ്ട് പദങ്ങൾ ചേർന്നാണ് "നിറമില്ലാത്ത കോശം" എന്നർഥമുള്ള "ല്യൂക്കോസൈറ്റ്സ്" എന്ന പേരു വന്നത്. ഒരു കോശമായി കാണുമ്പോൾ ഇവയ്ക്ക് നിറമില്ല. കുറെയധികം കോശങ്ങൾ ഒന്നിച്ച് കാണുമ്പോൾ വെളുത്ത നിറത്തിലാണ് ഇവ കാണപ്പെടുന്നത്. ശ്വേതരക്താണുക്കൾ അരുണാണുക്കളെക്കാൾ വലിപ്പം കൂടിയവയാണ്.

ആറുതരത്തിലുള്ള ശ്വേതാണുക്കളാണ് രക്തത്തിൽ കാണപ്പെടുന്നത്."ന്യൂട്രോഫിൽസ്" (Neutrophils), "പോളിമോർഫോന്യൂക്ലിയർ ഈസിനോഫിൽസ്" (Polymorphonuclear Eosinophils) "പോളിമോർഫോന്യൂക്ലിയർ ബേസോഫിൽസ്" (Polymorphonuclear Basophils), മോണോസൈറ്റ്സ് (Monocytes), "ലിംഫോസൈറ്റ്സ്" (Lymphocytes), "പ്ലാസ്മ സെൽസ്" (Plasma Cells) എന്നിവയാണ് ശ്വേതാണുക്കൾ. അസ്ഥിമജ്ജയിലും ലിംഫ്കോശങ്ങളിലുമാണ് ശ്വേതാണുക്കൾ ഉൽപ്പാദിപ്പിക്കപ്പെടുന്നത്. ആകെയുള്ള ശ്വേതാണുക്കളിൽ 62 ശതമാനവും "ന്യൂട്രോഫിൽസ്" ആണ്. ലിംഫോസൈറ്റുകൾ 30 ശതമാനംവരും. 5.3 ശതമാനംവരുന്ന മോണോസൈറ്റുകളാണ് അതിന് പിന്നിൽ. ഈസിനോഫിൽസിന്റെ രക്തത്തിലെ അളവ് 2.3 ശതമാനം ആയിരിക്കും."ബേസോഫിൽ"0.4 ശതമാനം മാത്രമേ കാണുകയുള്ളൂ.

രോഗം ബാധിച്ച് ആശുപത്രിയിൽ ചെല്ലുമ്പോൾ ശ്വേതാണുക്കളുടെ രക്തത്തിലെ അളവ് പരിശോധിക്കാൻ ചിലപ്പോൾ ഡോക്ടർമാർ നിർദേശിക്കാറുണ്ട്.രോഗമുള്ള അവസരങ്ങളിൽ ശ്വേതാണുക്കളുടെ രക്തത്തിലെ അളവ് വ്യത്യാസപ്പെടുന്നു. മൊത്തം ശ്വേതാണുക്കളുടെ രക്തത്തിലെ സാധാരണ അളവ് ഒരു മില്ലീലിറ്ററിൽ ശരാശരി 5000മുതൽ 10,000 വരെയാണ്.

ശ്വേതാണുക്കളുടെ ധർമം

ശരീരമെന്ന ഫാക്ടറിയിലെ സുരക്ഷാവിഭാഗത്തിന്റെ ചുമതലയാണ് വെളുത്ത രക്താണുക്കൾ നിർവഹിക്കുന്നത്. കാവൽഭടന്മാരുടെ റോൾ. രോഗാണുക്കളിൽനിന്നും ശരീരത്തെ കാത്തുസൂക്ഷിക്കുന്ന"മൊബൈൽ യൂണിറ്റു"കളെന്നാണ് വെളുത്തരക്താണുക്കളെ വിളിക്കുന്നത്.

ശ്വേതാണുക്കളുടെ പ്രവർത്തനരീതി

അതിവേഗത്തിൽ വാഹനമോടിക്കുന്നത് ചിലർക്ക് ഹരമാണ്. തിരക്കുള്ള അവസരങ്ങളിൽ ഇത് പല അപകടങ്ങൾക്കും കാരണമായിത്തീരും. ഗതാഗത നിയമം ലംഘിച്ച് അമിത വേഗതയിൽ വാഹനമോടിക്കുന്നവരെ ട്രാഫിക് പൊലീസ് പിന്തുടർന്ന് പിടികൂടാറില്ലേ?. ഇതേപോലെ രോഗകാരണമാകുന്ന അണുക്കളുടെ പുറകേ സഞ്ചരിച്ച് അവയെ നിഷ്ക്രിയമാക്കുന്നതിനുള്ള കഴിവ് ചില വെളുത്ത രക്താണുക്കൾക്കുണ്ട്.

ഒഴുകുന്ന രക്തത്തിൽ വച്ചുതന്നെ രക്താണുക്കളിൽ ഒരു വിഭാഗമായ ന്യൂട്രോഫിൽസ് രോഗാണുക്കളെ ചെറുത്ത് തോൽപ്പിക്കുന്നു. രോഗാണുക്കളെ ചെറുക്കുന്നതിൽ വെളുത്ത രക്താണുക്കൾ വിവിധ രീതികളിലാണ് പ്രവർത്തിക്കുന്നത്. മോണോസൈറ്റുകൾ കോശങ്ങൾക്കുള്ളിലേക്ക് കയറുകയും അവിടെവച്ച് വികസിച്ച് 80 മൈക്രോമീറ്റർ വരെ ആയിത്തീരുകയും ചെയ്യുന്നു. സാധാരണ മോണോസൈറ്റുകളുടെ വലിപ്പം 14 മുതൽ 19 വരെ മൈക്രോമീറ്റർ മാത്രമാണ്. മോണോസൈറ്റുകൾ രോഗാണുക്കളെ ചെറുത്തുതോൽപ്പിക്കുന്നതിൽ പ്രത്യേക വൈദഗ്ധ്യം ആണ് കാണിക്കുന്നത്. 'കൂടുതൽ ഭക്ഷിക്കുന്ന' എന്നർഥംവരുന്ന "മാക്രോഫാഗസ്" (Macrophagous) അഥവാ "പെരുംതീനികൾ" എന്നാണ് ഇവ അറിയപ്പെടുന്നത്.

ശ്വേതാണുക്കളിൽ ഏറ്റവും കുറഞ്ഞ അളവിൽ രക്തത്തിൽ കാണപ്പെടുന്ന "ഈസിനോഫിൽസ്" (Eosinophils) ശരീരത്തിനുള്ളിൽ കടന്നുകൂടി ജീവിക്കുന്ന പാരസൈറ്റുകളെയാണ് നശിപ്പിക്കുന്നത്. പാരസൈറ്റുകളെ നശിപ്പിക്കുന്നതിനുതകുന്ന ചില പദാർഥങ്ങൾ ഈസിനോഫിൽ പുറപ്പെടുവിക്കുന്നു.

ശ്വേതാണുക്കളിൽ ഏറ്റവും ചെറുത് ലിംഫോസൈറ്റുകളാണ്. ഇവയുടെ "ന്യൂക്ലിയസ്" (Nucleus) അഥവാ "കോശകേന്ദ്രം" കോശത്തിനുള്ളിൽ കൂടുതൽ ഭാഗം നിറഞ്ഞുനിൽക്കുന്നു. കോശത്തിന്റെ പുറംഭിത്തിക്കും ന്യൂക്ലിയസിനും ഇടയിലുള്ള "സൈറ്റോപ്ലാസം"(Cytoplasm) അഥവാ "കോശദ്രവ്യം" ലിംഫോസൈറ്റിൽ കുറവാണ്. രക്തത്തിലെ അന്യപദാർഥങ്ങളെ വളഞ്ഞുവകവരുത്തുന്നതിൽ ലിംഫോസൈറ്റുകൾ വളരെ വിരുതോടുകൂടി പ്രവർത്തിക്കുന്നു. ഇതിന് 'ഫാഗോ സൈറ്റോസിസ്" (Phagocytosis) അഥവാ"ഭക്ഷകാണുക്രിയ"എന്നാണ് പറയുന്നത്.

അന്യപദാർത്ഥങ്ങൾക്കെതിരെ"ആന്റിബോഡികൾ"(Antibodies)

അഥവാ പ്രതിവസ്തുക്കൾ പുറപ്പെടുവിച്ച് അവയെ നിഷ്ക്രിയമാക്കുന്നതിലും ലിംഫോസൈറ്റുകൾ സഹായിക്കുന്നു. രോഗകാരണമാകുന്ന അന്യപദാർഥത്തിന് "ആന്റിജൻ' (Antigen) എന്നാണ് പറയുന്നത്. രക്തത്തിലുണ്ടാകുന്ന ആന്റിബോഡികൾ ആന്റിജനുമായി കൂടിച്ചേരുന്നതിനാൽ ആന്റിജന് പ്രവർത്തിക്കുവാൻ കഴിയാതെവരുന്നു. ആന്റിജനെ കുടുക്കുന്ന ഒരു കൊളുത്തുപോലെയാണ് ആന്റിബോഡികൾ പ്രവർത്തിക്കുന്നത്. വിവിധ ആന്റിജനുകളുമായി കൂടിച്ചേരത്തക്കവിധത്തിൽ വ്യത്യസ്തതരങ്ങളിലുള്ള പ്രതിവസ്തുക്കളാണ് രക്തത്തിൽ സൃഷ്ടിക്കപ്പെടുന്നത്.

നാം കഴിക്കുന്ന ആഹാരത്തിൽക്കൂടിയും കുടിക്കുന്ന ജലത്തിൽക്കൂടിയും, ശ്വസിക്കുന്ന വായുവിൽക്കൂടിയും ഒക്കെയായി വിവിധമാർഗങ്ങളിൽ അണുജീവികൾ നമ്മുടെ ശരീരത്തിൽ കയറിക്കൂടുന്നതിന് സാധ്യതയുണ്ട്. ഇവയ്ക്കെതിരെയാണ് ശ്വേതാണുക്കൾ അനുദിനം പ്രവർത്തിച്ചുകൊണ്ടിരിക്കുന്നത്. മനുഷ്യശരീരത്തിന്റെ ഈ രക്ഷാസംവിധാനം അത്ഭുതകരം തന്നെയാണ്. മനുഷ്യബുദ്ധിക്ക് അപ്രാപ്യമായ രീതികളിലാണ് ശരീരത്തിലെ പല പ്രവർത്തനങ്ങളും നിർവഹിക്കപ്പെടുന്നത്.

രോഗകാരണമാകുന്ന ആന്റിജനുകൾ ശരീരത്തിൽ പ്രവേശിക്കുമ്പോൾ രോഗമുണ്ടാകാതെയിരുന്നാൽ വ്യക്തി ആ രോഗത്തിനെതിരെ "ഇമ്യൂൺ"(Immune) ആണെന്ന് പറയും. ഈ കഴിവിനെ "ഇമ്യൂണിറ്റി"(Immunity)അഥവാ "പ്രതിരക്ഷ"എന്നാണ് പറയുന്നത്. റ്റി ലിംഫോസൈറ്റുകളും (T Lymphocytes), ബി ലിംഫോസൈറ്റുകളുമാണ് (B Lymphocytes) ഇമ്യൂണിറ്റി ഉണ്ടാക്കുന്നതിന് സഹായിക്കുന്നത്.ശരീരത്തിൽ കഴുത്തിന് ചുവട്ടിലായി കാണപ്പെടുന്ന"തൈമസ്' (Thymus) എന്ന ഗ്രന്ഥിയിലാണ് റ്റി ലിംഫോസൈറ്റുകൾ ഉൽപ്പാദിപ്പിക്കുന്നത്. അതിനാലാണ് "തൈമസ്' (Thymus) എന്ന ഇംഗ്ലീഷ് പദത്തിന്റെ ആദ്യഅക്ഷരം ചേർത്ത് റ്റി ലിംഫോസൈറ്റുകൾ എന്ന പേരുവന്നത്.

ശരീരത്തിലെ കോശങ്ങൾക്കിടയിലായി ദ്രാവകം നിറഞ്ഞ ചെറുസഞ്ചിപോലെ കാണപ്പെടുന്ന ഒരു ഭാഗമുണ്ട്. ഇത് 'ബർസ' (Bursa) എന്നാണറിയപ്പെടുന്നത്. കുറെ ലിംഫോസൈറ്റുകൾ തൈമസ്ഗ്രന്ഥിയിലേക്ക് പോകാതെ നേരിട്ട് "ബർസ"യിൽ എത്തിച്ചേരുന്നു. അതിനാൽ അവയെ ബി ലിംഫോസൈറ്റുകൾ എന്ന് വിളിക്കുന്നു. "ബർസ" (Bursa) എന്ന ഇംഗ്ലീഷ്പദത്തിന്റെ ആദ്യത്തെ അക്ഷരം ചേർത്താണ് ബി ലിംഫോസൈറ്റുകൾ എന്ന പേരുവന്നത്. അണുജീവികളെ വളഞ്ഞ് നിഷ്ക്രിയമാക്കി നശിപ്പിക്കുന്ന ജോലി റ്റി ലിംഫോസൈറ്റുകൾക്കുള്ളതാണ്. അതേ സമയം ബി ലിംഫോസൈറ്റുകൾ ശരീരത്തിനുള്ളിൽ പ്രവേശിച്ച ആന്റിജനെതിരെ പ്രതിവസ്തുക്കൾ സൃഷ്ടിച്ച് രോഗം വരാതെ ശരീരത്തെ കാത്തുസൂക്ഷിക്കുന്നു.

ശരീരത്തിനുള്ളിൽ പ്രവേശിക്കുന്ന ബാക്ടീരിയകൾക്ക് കോശങ്ങളെ നശിപ്പിക്കുവാൻ കഴിയുന്ന എൻസൈമുകൾ (Enzymes) പുറപ്പെടുവിക്കാൻ കഴിയും. ശ്വേതാണുക്കൾ ബാക്ടീരിയകളെ വളഞ്ഞ് നശിപ്പിക്കു

വാനുള്ള ശ്രമത്തിനിടയിൽ ബാക്ടീരിയ പുറപ്പെടുവിക്കുന്ന എൻസൈം കാരണം കുറേ വെളുത്തരക്താണുക്കളും നശിക്കും. അതുമൂലം അണുബാധയുണ്ടായ സ്ഥലത്ത് ജീവനുള്ളവയും മരിച്ചവയുമായ വെളുത്ത രക്താണുക്കളും ബാക്ടീരിയകളും കോശത്തിൽനിന്നുമുള്ള ദ്രാവകവും ചേർന്ന മഞ്ഞനിറത്തിലുള്ള പഴുപ്പ് രൂപംകൊള്ളുന്നു. യുദ്ധത്തിന് ശേഷം രണ്ടുസൈന്യങ്ങളിലേയും ഭടന്മാരുടെ മൃതശരീരങ്ങൾ കൂടിക്കിടക്കുന്നത് പോലെയാണ് അണുബാധയുണ്ടാകുന്ന ഭാഗങ്ങളിൽ മഞ്ഞനിറത്തിൽ പഴുപ്പ് രൂപംകൊള്ളുന്നത്.

പ്ലേറ്റ്ലറ്റുകൾ (Platelets)

രക്തത്തിലെ മറ്റൊരു ഘടകമായ പ്ലേറ്റ്ലറ്റുകൾ അഥവാ ബിംബാണുക്കളുടെ കഥ ഇനിയും പറയാം. പ്ലേറ്റ്ലറ്റുകളെ "ത്രോംബോസൈറ്റു" (Thrombocytes)കളെന്നാണ് വിളിക്കുന്നത്. ഇഡ്ഡലിയുടെ രണ്ട് വശങ്ങൾ അൽപ്പംകൂടി നീട്ടിയാൽ ലഭിക്കുന്ന ആകൃതിയാണ് പ്ലേറ്റ്ലറ്റുകൾക്കുള്ളത്. ഏതാണ്ട് രണ്ട് മൈക്രോമീറ്റർമുതൽ നാല് മൈക്രോമീറ്റർവരെ മാത്രം വ്യാസമുള്ള ബിംബാണുക്കളെ സൂക്ഷ്മദർശിനിയിൽക്കൂടി മാത്രമേ കാണാൻ സാധിക്കുകയുള്ളൂ. ഏഴുദിവസംമുതൽ പത്തുദിവസംവരെയാണ് ഇവയുടെ ആയുസ്സ്. അസ്ഥിമജ്ജയിലുള്ള'മെഗാകാരിയോസൈറ്റ്' (Megakaryocyte)എന്ന ഭീമൻകോശങ്ങളാണ് പ്ലേറ്റ്ലറ്റുകൾക്ക് ജന്മമേകുന്നത്. ഒരു മില്ലീലിറ്റർ രക്തത്തിൽ ശരാശരി രണ്ടുലക്ഷത്തി അൻപതിനായിരംമുതൽ നാല് ലക്ഷംവരെ പ്ലേറ്റ്ലറ്റുകളുണ്ടാവും. ഈ കോശങ്ങൾക്ക് ന്യൂക്ലിയസ് ഇല്ലത്രേ.

ബിംബാണുക്കളുടെ വലിപ്പം, എണ്ണം, ആയുസ്സ്, ഉൽപ്പാദനത്തോത് ഇവയെല്ലാം രോഗമുണ്ടാകുമ്പോഴോ മരുന്ന് കഴിക്കുമ്പോഴോ ആഹാരത്തിൽ മാറ്റം വരുത്തുമ്പോഴോ ഒക്കെ മാറാവുന്നതാണ്. മൃഗങ്ങളുടെ രക്തത്തിലെ പ്ലേറ്റ്ലറ്റുകളും മനുഷ്യശരീരത്തിലെ പ്ലേറ്റ്ലറ്റുകളും തമ്മിൽ വ്യത്യാസമുണ്ട്. ഉദാഹരണമായി പൂച്ചയുടെ രക്തത്തിലെ പ്ലേറ്റ്ലറ്റുകൾക്ക് മനുഷ്യരക്തത്തിലെ പ്ലേറ്റ്ലറ്റുകളെക്കാൾ വലിപ്പം കൂടുതലാണ്. എലിയുടെ രക്തത്തിലെ പ്ലേറ്റ്ലറ്റുകളുടെ എണ്ണം മനുഷ്യരക്തത്തിലെ പ്ലേറ്റ്ലറ്റുകളുടെ എണ്ണത്തേക്കാൾ കൂടുതലായിരിക്കും.

പ്ലേറ്റ്ലറ്റുകളുടെ ധർമം

രക്തം കട്ടപിടിക്കുന്നതിൽ സുപ്രധാനമായ പങ്കുവഹിക്കുന്ന രക്തത്തിലെ ഒരു ഘടകമാണ് പ്ലേറ്റ്ലറ്റ്. ശരീരത്തിൽ മുറിവുണ്ടാകുമ്പോൾ രക്തം കട്ടപിടിച്ച് മുറിവ് അടയുന്നതിന് ബിംബാണുക്കൾ സഹായിക്കുന്നു. മുറിവിൽനിന്നും രക്തം അധികം ഒഴുകാതെ കട്ടപിടിക്കുന്ന ഈ പ്രക്രിയയ്ക്ക് "ഹീമോസ്റ്റാസിസ്" (Haemostasis) എന്നാണ് പറയുന്നത്. പ്ലേറ്റ്ലറ്റുകളെ രക്തത്തിലെ 'വോളണ്ടിയർമാർ' എന്ന് വേണമെങ്കിൽ വിളിക്കാം. മുറിവുണ്ടാകുമ്പോൾ തിരിച്ചറിഞ്ഞ് രക്തം കട്ടപിടിക്കാൻ

സഹായിക്കുന്നതുവഴി കുഴപ്പം പരിഹരിക്കുന്ന വോളണ്ടിയർമാരായാണ് പ്ലേറ്റ്ലറ്റുകൾ പ്രവർത്തിക്കുന്നത്. ചെറിയ മുറിവുകളിൽ മാത്രമേ പ്ലേറ്റ്ലറ്റുകളുടെ ഈ ശേഷി പൂർണമായും ഫലപ്രദമാവുകയുള്ളൂ. മുറിവ് വലുതെങ്കിൽ നിലയ്ക്കാതെ രക്തപ്രവാഹമുണ്ടാകാൻ സാധ്യതയുണ്ട്.

രക്തം കട്ടപിടിക്കുന്ന പ്രക്രിയ

പ്ലേറ്റ്ലറ്റുകളുടെ ഭിത്തി വളരെയധികം കനംകുറഞ്ഞതും, കോശത്തിനുള്ളിലുള്ള പദാർഥങ്ങൾ പെട്ടെന്ന് വെളിയിലേക്ക് എത്തുവാൻ സഹായിക്കുന്നതുമാണ്. രക്തം കട്ടപിടിക്കുവാൻ സഹായിക്കുന്ന "ത്രോംബോപ്ലാസ്റ്റിനോജൻ'(Thromboplastinogen)എന്ന പദാർഥം പ്ലേറ്റ്ലറ്റിൽ അടങ്ങിയിരിക്കുന്നു. രക്തം കട്ടപിടിക്കുമ്പോൾ പ്ലേറ്റ്ലറ്റുകളുടെ ഭിത്തി പൊട്ടി "ത്രോംബോപ്ലാസ്റ്റിനോജൻ" പുറത്തുവരുന്നു. ത്രോംബോപ്ലാസ്റ്റിനോജൻ,രക്തത്തിലെ പ്ലാസ്മായിലെ ചില ഘടകങ്ങളുടെ പ്രവർത്തനഫലമായി "ത്രോംബോപ്ലാസ്റ്റിൻ"(Thromboplastin)ആയി മാറുന്നു. ത്രോംബോപ്ലാസ്റ്റിനും, രക്തത്തിലുള്ള കാത്സ്യവും പ്ലാസ്മായിലെ ''പ്രോത്രോംബിൻ" (ProThrombin) എന്ന പ്രോട്ടീനെ "ത്രോംബിൻ" (Thrombin) ആക്കി മാറ്റുന്നു. ഇങ്ങനെയുണ്ടാകുന്ന ത്രോംബിൻ രക്തത്തിലെ ''ഫൈബ്രിനോജൻ''(Fibrinogen) എന്ന പ്രോട്ടീൻ പദാർഥത്തെ ഫൈബ്രിൻവലകളാക്കി മാറ്റുന്നു. ഫൈബ്രിനോജനെ ഫൈബ്രിൻ വലയാക്കുന്ന പ്രവർത്തനത്തിൽ രക്തത്തിലെ പതിമൂന്ന് ഘടകങ്ങൾ സജീവമായ പങ്കുവഹിക്കുന്നു. ഈ പ്രവർത്തനത്തിന് "കൂടിച്ചേരൽ" എന്നർഥമുള്ള 'കൊയാഗുലേഷൻ" (Coagulation) എന്ന പേരാണ് നൽകിയിരിക്കുന്നത്.

മീൻപിടിത്തക്കാർ മീൻവലകൾ ഉണ്ടാക്കുന്നതുപോലെ നമ്മുടെ ശരീരത്തുണ്ടാകുന്ന മുറിവിലും വലകൾ നിർമിക്കപ്പെടുന്നു. മുറിവുണ്ടായി കുറേ കഴിയുമ്പോഴേക്കും ഫൈബ്രിൻ വലയും തയ്യാറായിരിക്കും. മുറിവുണ്ടാകുന്ന ഉടൻതന്നെ ഇതിന്റെ നിർമാണപ്രവർത്തനവും ആരംഭിക്കുകയായി.

പ്ലാസ്മ (Plasma)

രക്തത്തിലെ അരുണാണുക്കളെ വേർതിരിച്ചാൽ കിട്ടുന്ന ദ്രാവകം പ്ലാസ്മ ആയിരിക്കും. രക്തത്തിന് കട്ടപിടിക്കുന്നതിന് സ്വതവേയുള്ള കഴിവിനെ കുറയ്ക്കാനുള്ള വസ്തുക്കൾ ചേർത്താണ് രക്തം ശേഖരിക്കുന്നത്. ഈ വസ്തുക്കളെ "ആന്റികൊയാഗുലന്റുകൾ' (Anticoagulants) എന്നാണ് വിളിക്കുന്നത്. ഇങ്ങനെ ശേഖരിച്ച രക്തം ഒരു ട്യൂബിൽ എടുത്തശേഷം "സെൻട്രീഫ്യൂജ്"(Centrifuge) എന്ന ഉപകരണം ഉപയോഗിച്ച് നിശ്ചിതവേഗത്തിൽ കറക്കുക. രക്തം രണ്ടായി വേർതിരിയുന്നതായി കാണാം. രക്താണുക്കൾ കൂടുതലായി അടങ്ങിയ ചുവന്നദ്രാവകം ട്യൂബിന്റെ താഴെയും ഇളംമഞ്ഞനിറത്തിലുള്ള മറ്റൊരു ദ്രാവകം ട്യൂബിന്റെ മുകൾഭാഗത്തും ലഭിക്കുന്നു. ഇളംമഞ്ഞനിറത്തിലുള്ള ദ്രാവ

കത്തിന് "പ്ലാസ്മ" (Plasma) എന്നാണ് പറയുന്നത് ശോണവർണമുള്ള രക്തത്തിൽനിന്നും ഉണങ്ങിയ വൈക്കോലിന്റെ നിറത്തിലുള്ള ദ്രാവകം വേർതിരിയുന്നത് കാണാൻ ഏറെ കൗതുകകരമായിരിക്കും.

പ്ലാസ്മയിലെ ഘടകങ്ങൾ

പ്ലാസ്മയുടെ 91.5 ശതമാനവും ജലമാണ്. കൂടാതെ പ്രോട്ടീനുകളും രക്തം കട്ടപിടിക്കുവാൻ സഹായിക്കുന്ന ചില ഘടകങ്ങളും ലവണങ്ങളും, പ്ലേറ്റ്ലറ്റുകളുമാണ് പ്ലാസ്മയിൽ അടങ്ങിയിരിക്കുന്നത്. ആൽബുമിൻ (Albumin) , ഗ്ലോബുലിൻസ് (Globulins) ഫൈബ്രിനോജൻ (Fibrinogen) തുടങ്ങിയവയാണ് പ്ലാസ്മയിലെ പ്രധാന പ്രോട്ടീനുകൾ. രക്തം കട്ടപിടിക്കാൻ സഹായിക്കുന്ന ഘടകങ്ങൾ മാത്രമല്ല, രക്തം കട്ടപിടിക്കുന്നതിനെതിരെ പ്രവർത്തിക്കുന്ന ഘടകങ്ങളും പ്ലാസ്മയിൽ അടങ്ങിയിരിക്കുന്നു.

രക്തക്കുഴലിനുള്ളിൽ അസാധാരണമായുണ്ടാകുന്ന ഫൈബ്രിൻ നാരുകളെ ലയിപ്പിച്ച് ഇല്ലാതെയാക്കുന്നതിന് പ്ലാസ്മയിൽ അടങ്ങിയിരിക്കുന്ന "പ്ലാസ്മിൻ' (Plasmin) എന്ന എൻസൈം സഹായിക്കുന്നു. പ്ലാസ്മയിലുള്ള "പ്ലാസ്മിനോജൻ" (Plasminogen) എന്ന പ്രോട്ടീനിൽ നിന്നുമാണ് "പ്ലാസ്മിൻ" എന്ന എൻസൈം രൂപംകൊള്ളുന്നത്. രക്തം കട്ടപിടിക്കാൻ സഹായിക്കുന്ന ഘടകങ്ങളും, കട്ടപിടിക്കുന്നതിനെതിരെ പ്രവർത്തിക്കുന്ന ഘടകങ്ങളും തമ്മിൽ ഒരു സന്തുലിതാവസ്ഥ രക്തത്തിൽ നിലനിൽക്കുന്നു.

ചികിത്സയ്ക്ക്, പ്ലാസ്മ ഘടകങ്ങൾ

രക്തത്തിലെ പ്ലാസ്മയിൽ നിന്നും വിവിധതരം ഘടകങ്ങൾ ഇന്ന് വേർതിരിച്ചെടുത്ത് ചികിത്സയ്ക്ക് വേണ്ടി ഉപയോഗിക്കുന്നുണ്ട്. ഹീമോഫീലിയ രോഗം ബാധിച്ചവർക്ക് വേണ്ടി കൊയാഗുലേഷൻ ഫാക്ടർ-8 (Coagulation Factor VIII) കൊയാഗുലേഷൻ ഫാക്ടർ -9 (Coagulation Factor - IX) വൃക്കരോഗികൾക്ക് വേണ്ടി ആൽബുമിൻ (Albumin) തുടങ്ങിയവ പ്ലാസ്മയിൽനിന്നും വേർതിരിച്ചെടുക്കുന്ന ഘടകങ്ങളാണ്. രോഗപ്രതിരോധത്തിന് വേണ്ടി പല രോഗങ്ങൾക്കും ഉപയോഗിക്കാവുന്ന "ഇമ്യൂണോഗ്ലോബുലിൻസും" പ്ലാസ്മയിൽനിന്നും വേർതിരിക്കുന്നു. അനേകം ദാതാക്കളുടെ സഞ്ചിതപ്ലാസ്മയിൽനിന്നുമാണ് ഈ ഘടകങ്ങൾ വേർതിരിച്ചെടുക്കുന്നത്.

3

രക്തഗ്രൂപ്പുകൾ

മനുഷ്യരുടെ രക്തം തമ്മിൽ വ്യത്യാസമുള്ളതായി എ ഡി 1900-ൽ കാൾ ലാൻഡ്സ്റ്റെയ്നർ (Karl Landsteiner) എന്ന ആസ്ട്രിയൻ ശാസ്ത്രജ്ഞനാണ് കണ്ടുപിടിച്ചത്. രക്തത്തിന്റെ നിറം ചുവപ്പാണെങ്കിലും വിവിധ ആളുകളുടെ രക്തം തമ്മിൽ വ്യത്യാസമുണ്ടെന്നുള്ള കണ്ടുപിടിത്തം ഒരു നാഴികക്കല്ലായിരുന്നു. ഈ കണ്ടുപിടിത്തം ലാൻഡ്സ്റ്റെനറിന് നോബൽ പുരസ്കാരം നേടിക്കൊടുക്കുകയുണ്ടായി.

കാൾ ലാൻഡ്സ്റ്റെയ്നറുടെ പരീക്ഷണം

കാൾ ലാൻഡ്സ്റ്റെയ്നർ

കാൾലാൻഡ്സ്റ്റെയ്നർ എന്ന ശാസ്ത്രജ്ഞൻ അദ്ദേഹത്തിന്റെ ആറ് സഹപ്രവർത്തകരുടെ രക്തം ശേഖരിച്ചശേഷം അതിൽനിന്നും "സീറം" (Serum) വേർതിരിച്ചു. ട്യൂബിൽ രക്തമെടുത്ത് കുറെസമയം അനക്കാതെ വെച്ചിരുന്നാൽ രക്തം കട്ടപിടിക്കുന്നു. രക്തം കട്ടപിടിച്ച ശേഷം മുകളിൽ അവശേഷിക്കുന്ന ദ്രാവകത്തിനാണ് 'സീറം' എന്ന് പറയുന്നത്.തന്റെ സഹപ്രവർത്തകരുടെ രക്തത്തിൽ നിന്നും സീറം ശേഖരിച്ചശേഷം അരുണാണുക്കൾ പരസ്പരം ഇതിലേക്ക് കൂട്ടിക്കലർത്തിയപ്പോൾ പ്രതിപ്രവർത്തിക്കുന്നതായി

കണ്ടു. ഉദാഹരണമായി "എ" എന്നയാളിന്റെ രക്തത്തിലെ സീറവും "ബി" എന്നയാളിന്റെ രക്തത്തിലെ അരുണാണുക്കളും കൂട്ടിക്കലർത്തിയപ്പോൾ പ്രതിപ്രവർത്തിക്കുകയുണ്ടായി. ചുവന്നരക്താണുവിലുള്ള ഏതോ ഒരു പദാർഥം മറ്റൊരാളുടെ സീറത്തിലുള്ള പദാർഥവുമായി കൂടിച്ചേരുന്നതിന്റെ ഫലമായിട്ടാണ് ഇങ്ങനെ സംഭവിച്ചത്. രണ്ടുപേരുടേയും രക്തം ഒരേതരത്തിലുള്ളതായിരുന്നുവെങ്കിൽ അരുണാണുക്കൾ സീറവുമായി കൂട്ടിക്കലർത്തിയപ്പോൾ പ്രതിപ്രവർത്തനം നടക്കുകയില്ലായിരുന്നു. ഈ സംശയമാണ് കാൾ ലാൻഡ്സ്റ്റെയ്നർ എന്ന ശാസ്ത്രജ്ഞനെ രക്ത ഗ്രൂപ്പിന്റെ കണ്ടുപിടിത്തത്തിലേക്ക് വഴികാട്ടിയത്.

തമ്മിലിണങ്ങുന്ന രണ്ട് മൃഗങ്ങളെ ഒരേ കൂട്ടിലിട്ടാൽ അവ തമ്മിൽ യോജിച്ച് കഴിയും. എന്നാൽ തമ്മിൽ ചേരാത്ത രണ്ട് മൃഗങ്ങളെ ഒരേ കൂട്ടിൽ ഇട്ടാൽ എന്തായിരിക്കും സ്ഥിതി? ഇതുപോലെ തമ്മിൽ ചേരാത്ത അവസ്ഥ മനുഷ്യരക്തത്തിനുമുണ്ട്.

രക്തഗ്രൂപ്പുകളുടെ വ്യത്യാസം അടിസ്ഥാനമാക്കി രക്തത്തെ നാലായി തിരിക്കാം. അരുണാണുവിലാണ് വ്യത്യാസം കാണപ്പെടുന്നത്. അരുണാണുവിൽ "എ ആന്റിജൻ" അടങ്ങിയിരിക്കുന്ന രക്തം "എ" ഗ്രൂപ്പ് എന്നും "ബി" ആന്റിജൻ അടങ്ങിയിരിക്കുന്നത് "ബി" ഗ്രൂപ്പ് എന്നും "എ"യും "ബി" യും ആന്റിജനുകൾ അടങ്ങിയിരിക്കുന്നത് "എ ബി" ഗ്രൂപ്പ് എന്നും എ ആന്റിജനും, ബി ആന്റിജനും ഇല്ലാത്തത് "ഒ"ഗ്രൂപ്പ് എന്നും തരംതിരിച്ചു. ആന്റിജന് പറയുന്ന മറ്റൊരു പേരാണ് "അഗ്ലൂട്ടിനോജൻ" (Agglutinogen). ഏതാണ്ട് 46 ശതമാനം ജനങ്ങളിലും "ഒ"ഗ്രൂപ്പ് രക്തമാണ് കാണപ്പെടുന്നത്. " ഒ" ഗ്രൂപ്പ് ഒന്നാമനാണ്. 42 ശതമാനം ആളുകളുടെ രക്തം "എ"ഗ്രൂപ്പ് ആണ്. 9 ശതമാനം ആളുകളുടെ രക്തം "ബി"ഗ്രൂപ്പ് വിഭാഗത്തിൽപെടുന്നു. എന്നാൽ ലോകത്ത് ആകെയുള്ള ജനസംഖ്യയിൽ ശരാശരി 3 ശതമാനത്തിന് മാത്രമേ "എ ബി" ഗ്രൂപ്പ് രക്തം കാണപ്പെടുന്നുള്ളൂ.

രക്തഗ്രൂപ്പിനെ സംബന്ധിച്ച് കുറച്ച് കാര്യങ്ങൾകൂടി പറയാം. 'എ'ഗ്രൂപ്പ് രക്തത്തിലെ പ്ലാസ്മ വേർതിരിച്ചാൽ അതിൽ ബി ഗ്രൂപ്പിനെതിരെ പ്രവർത്തിക്കുന്ന ആന്റിബോഡി (Antibody) അഥവാ പ്രതിവസ്തു ഉണ്ടാകും. ഈ പ്രതിവസ്തുവിന് "ആന്റി ബി അഗ്ലൂട്ടിനിൻ" (Anti B - Agglutinin) എന്നാണ് പറയുന്നത്. ഇതുപോലെ ബി ഗ്രൂപ്പ് രക്തത്തിലെ പ്ലാസ്മ വേർതിരിച്ചാൽ അതിൽ എ ഗ്രൂപ്പിനെതിരെ പ്രവർത്തിക്കുന്ന പ്രതിവസ്തു അടങ്ങിയിരിക്കുന്നു എന്ന് കാണാം. ഈ പ്രതിവസ്തുവിന് 'ആന്റി എ അഗ്ലൂട്ടിനിൻ' (Anti A -Agglutinin) എന്നും പറയുന്നു.

രക്തത്തിലെ പ്ലാസ്മയിൽ മറ്റ് ഗ്രൂപ്പുകൾക്കെതിരെ പ്രവർത്തിക്കുന്ന പ്രതിവസ്തുക്കൾ കാണപ്പെടുന്നത് മനുഷ്യശരീരശാസ്ത്രത്തിലെ ഒരത്ഭുതം തന്നെയാണ്. "ഒ"ഗ്രൂപ്പ് രക്തത്തിൽ ആന്റി എ അഗ്ലൂട്ടിനിനും, ആന്റി ബി അഗ്ലൂട്ടിനിനും അടങ്ങിയിട്ടുണ്ട്. "എ ബി" ഗ്രൂപ്പ് രക്തത്തിൽ അഗ്ലൂട്ടിനിൻസ് ഒന്നും തന്നെ അടങ്ങിയിട്ടില്ല. രക്തത്തിന്റെ ഈ പ്രത്യേകതകളാണ് അവയെ വിവിധ ഗ്രൂപ്പുകളാക്കുന്നത്. രക്തദാനം നടത്തുമ്പോൾ രക്തഗ്രൂപ്പ് ശ്രദ്ധി

ക്കേണ്ടിവരുന്നത് പ്രതിപ്രവർത്തനം ഒഴിവാക്കുന്നതിന് വേണ്ടിയാണ്. ഉദാഹരണമായി "എ" ഗ്രൂപ്പ് രക്തത്തിലേക്ക് "ബി" ഗ്രൂപ്പ് രക്തം ചേർക്കുകയാണെങ്കിൽ "ബി" ഗ്രൂപ്പിലെ ബി ആന്റിജനും "എ" ഗ്രൂപ്പിലെ ആന്റി ബി അഗ്ലൂട്ടിനിനും തമ്മിൽ പ്രതിപ്രവർത്തിക്കുന്നു. ഇതിന് അഗ്ലൂട്ടിനേഷൻ (Agglutination) എന്നാണ് പറയുന്നത്. അനുയോജ്യമല്ലാത്ത രക്തം രോഗിക്ക് നൽകുകയാണെങ്കിൽ രക്താണുക്കൾ തമ്മിൽ കൂടിച്ചേർന്ന് രോഗിയുടെ മരണത്തിൽ കലാശിക്കുന്നു.

ആർ എച്ച് ഘടകം (Rh Factor)

എഡി 1940 ൽ ലാൻഡ്സ്റ്റെയ്നർ, വെയ്നർ എന്നീ ശാസ്ത്രജ്ഞർ ചേർന്ന് റീസസ് കുരങ്ങുകളുടെ രക്തത്തിലെ ശോണാണുക്കളിൽ ഒരു പ്രത്യേക ഘടകം കണ്ടുപിടിക്കുകയുണ്ടായി. ഈ ഘടകത്തെ അവർ ആർ എച്ച് ഘടകം (Rh Factor)എന്ന് വിളിച്ചു. വൈദ്യശാസ്ത്രഗവേഷണങ്ങളിൽ ഉപയോഗപ്പെടുത്തിയിരുന്ന റീസസ് കുരങ്ങുകളുടെ രക്തത്തിൽ ഈ ഘടകം കണ്ടെത്തിയതിനാലാണ് "റീസസ്" (Rhesus) എന്ന ഇംഗ്ലീഷ് പദത്തിന്റെ ആദ്യത്തെ രണ്ടക്ഷരങ്ങൾ ചേർത്ത് ഈ ഘടകത്തിന് പേരു നൽകിയത്.

അരുണാണുക്കളിൽ കാണുന്ന ആർഎച്ച് ഘടകം ചില ആളുകളുടെ രക്തത്തിൽ കാണുകയില്ലത്രേ. അരുണാണുക്കളിൽ ആർ എച്ച് ഘടകം ഉള്ള ആളുകളുടെ രക്തം "ആർ എച്ച് പോസിറ്റീവ്" (Rh- Positive) എന്ന ഗ്രൂപ്പിലും "ആർ എച്ച്" ഘടകം ഇല്ലാത്ത ആളുകളുടെ രക്തം "ആർ എച്ച് നെഗറ്റീവ്" (Rh -Negative) എന്ന ഗ്രൂപ്പിലും പെടുത്തുന്നു. അങ്ങനെ എ ബി, എ ബി, ഒ എന്നീ നാല് ഗ്രൂപ്പുകൾക്ക് പുറമേ ആർ എച്ച് പോസിറ്റീവോ, ആർ എച്ച് നെഗറ്റീവോ എന്നുള്ള ഗ്രൂപ്പ്കൂടി രക്തഗ്രൂപ്പ് നിർണയത്തിൽ ചേർക്കുന്നു. ലോകത്ത് ആകെയുള്ള ജനസംഖ്യയിൽ ആർഎച്ച് പോസിറ്റീവ് രക്തഗ്രൂപ്പുള്ളവർ 92 ശതമാനവും ആർഎച്ച് നെഗറ്റീവ് രക്തഗ്രൂപ്പുള്ളവർ 8 ശതമാനവും വരും.

അനുയോജ്യമായ രക്തഗ്രൂപ്പുകൾ

'ഒ' ഗ്രൂപ്പ് രക്തത്തിൽ എ ആന്റിജനും, ബി ആന്റിജനും ഇല്ലാത്തതിനാൽ ഈ ഗ്രൂപ്പിൽപ്പെട്ട രക്തം മറ്റ് രക്തഗ്രൂപ്പുകളുമായി പ്രതിപ്രവർത്തിക്കുകയില്ല. അതിനാൽ ഒ ഗ്രൂപ്പ് രക്തം എ ഗ്രൂപ്പിനും, ബി ഗ്രൂപ്പിനും എ ബി ഗ്രൂപ്പിനും അനുയോജ്യമാണ്. ആർ എച്ച് ഘടകവും ഒരുപോലെയാകണമെന്ന് മാത്രം. "ഒ" ഗ്രൂപ്പ് രക്തമുള്ളവർ "ഒ" ഗ്രൂപ്പ് രക്തം മാത്രമേ സ്വീകരിക്കുവാൻപാടുള്ളൂ. "എ", "ബി' "എ ബി" എന്നീ രക്തഗ്രൂപ്പുകളിലെ ആന്റിജനുകൾ "ഒ" ഗ്രൂപ്പ് രക്തത്തിന്റെ പ്ലാസ്മയിലുള്ള ആന്റി എ അഗ്ലൂട്ടിനിൻസ്, ആന്റി ബി അഗ്ലൂട്ടിനിൻസ് എന്നിവയുമായി പ്രതിപ്രവർത്തിക്കുന്നതിനാലാണിത്. അന്തരിച്ച ഇന്ത്യൻ മുൻപ്രധാനമന്ത്രി ഇന്ദിരാഗാന്ധിയുടെ രക്തഗ്രൂപ്പ് "ഒ നെഗറ്റീവ്" ആയിരുന്നു. ആർഎച്ച് ഘടകം

ഇല്ലാത്ത ഒ ഗ്രൂപ്പ് രക്തത്തിനാണ് ഒ നെഗറ്റീവ് രക്തഗ്രൂപ്പ് എന്നു പറയുന്നത്.

ഓരോരുത്തരും അവരവരുടെ രക്തഗ്രൂപ്പ് അറിഞ്ഞിരിക്കേണ്ടത് അത്യാവശ്യമാണ്. ശരീരത്തിന് രക്തം വേണ്ടിവരുന്ന നിർണായക സന്ദർഭങ്ങളിൽ രക്തം സ്വീകരിക്കുന്നതിനും, രക്തം ആവശ്യമുള്ളവർക്ക് നൽകുന്നതിനും ഇത് സഹായകമായിരിക്കും.

രക്തഗ്രൂപ്പ്	സ്വീകരിക്കാവുന്ന രക്തഗ്രൂപ്പ്
"എ"	"എ"/ "ഒ"
"ബി"	"ബി"/ "ഒ"
"എ ബി"	"എ" /"ബി"/ "ഒ"
"ഒ"	"ഒ"

രക്തഗ്രൂപ്പ്	രക്തദാനം നടത്താവുന്ന രക്തഗ്രൂപ്പ്
"എ"	"എ"/"എ ബി"
"ബി"	"ബി"/"എ ബി"
"എ ബി"	"എ ബി"
"ഒ"	"എ"/"ബി"/"എ ബി"/"ഒ"

4

രക്തശേഖരണം

രക്തം ശേഖരിച്ച് കുറേനേരം വെച്ചിരുന്നാൽ അത് കട്ടപിടിക്കുന്നതായി കാണാം. ദ്രാവകംപോലെ ഒരു ട്യൂബിൽനിന്നും മറ്റൊന്നിലേക്ക് പകരുവാൻ കഴിയുന്ന അരുണവർണത്തിലുള്ള രക്തം മുറിച്ചെടുക്കാവുന്ന ഒരു മാംസപിണ്ഡംപോലെയായിത്തീരുന്നു. ഹൽവ കഷണങ്ങളാക്കുന്നതുപോലെ ഈ മാംസപിണ്ഡത്തെ മുറിച്ചെടുക്കാം. ഈ മാംസപിണ്ഡത്തിൽനിന്നും ഊറിയെത്തുന്ന ഒരു ദ്രാവകവും ട്യൂബിൽ ഉണ്ടായിരിക്കും. ഇതിന്റെ പേര് "സീറം" എന്നാണെന്ന് നേരത്തെ പറഞ്ഞുവല്ലോ.

രക്തം ശേഖരിക്കുമ്പോൾ കട്ടപിടിക്കാതിരിക്കുന്നതിനുവേണ്ടി ചില ലായനികളിലാണ് എടുക്കുന്നത്. രക്തം കട്ടപിടിക്കുവാൻ സഹായിക്കുന്ന കാത്സ്യം (Calcium) ത്രോംബിൻ (Thrombin) തുടങ്ങിയ രക്തഘടകങ്ങളെ പ്രവർത്തനരഹിതമാക്കുകയാണ് ഈ ലായനികൾ ചെയ്യുന്നത്. "ഹിപ്പാരിൻ" (Heparin), "എഥിലിൻ ഡൈഅമിൻടെട്രാ അസറ്റിക് ആസിഡ്" (Ethylene Diamine Tetra Acetic Acid), "ആസിഡ് സിട്രേറ്റ് ഡെക് സ്ട്രോസ്" അഥവാ എസിഡി (Acid Citrate Dextrose) "സിട്രേറ്റ് ഫോസ് ഫേറ്റ് ഡെക്സ്ട്രോസ്"Citrate Phosphate Dextrose) അഥവാ സിപിഡി (CPD), "സിട്രേറ്റ് ഫോസ്ഫേറ്റ് ഡെക്സ്ട്രോസ് - അഡിനോസിൻ" അഥവാ സിപിഡി-എ തുടങ്ങിയവയുടെ നിശ്ചിതഅളവിലുള്ള ലായനികൾ കട്ടപിടിക്കാതിരിക്കുവാൻ വേണ്ടി രക്തത്തിൽ ചേർക്കുന്നു. രക്തം കട്ടപിടിക്കാതിരിക്കുന്നതിന് പുറമെ, രക്തകോശങ്ങളുടെ ജീവൻ നിലനിറുത്തുന്നതിനും ഈ ലായനികൾ പ്രയോജനപ്പെടുന്നു. രക്തശേഖരണത്തിന് ഇന്ന് ഏറ്റവും കൂടുതൽ ഉപയോഗിക്കുന്ന സിപിഡി-എ (CPD-A) ലായനിയിൽ രക്തം ശേഖരിച്ച് 35 ദിവസംവരെ കേടുകൂടാതെ സൂക്ഷിക്കാം.

വെക്കാം. ഒന്നിൽ കൂടുതൽ പ്രാവശ്യം രക്തം ശേഖരിക്കുമ്പോൾ രണ്ട് രക്തസംഭരണത്തിനും 72 മണിക്കൂർ ഇടവേളയുണ്ടായിരിക്കണമെന്ന് മാത്രം. ശസ്ത്രക്രിയാസമയത്ത് രോഗിയിൽനിന്ന് നഷ്ടപ്പെടുന്ന രക്തം ശേഖരിച്ചും രോഗിക്ക് നൽകാവുന്നതാണ്. രക്താണുക്കളെ ഉൽപ്പാദിപ്പിക്കുന്ന കോശങ്ങളെ ഉത്തേജിപ്പിക്കാനുള്ള മരുന്നുകൾ ഇന്ന് ലഭ്യമാണ്. കൂടുതൽ രക്താണുക്കളെ ഉൽപ്പാദിപ്പിക്കുന്നതിലൂടെ ശസ്ത്രക്രിയാസമയത്ത് രോഗിക്ക് നൽകേണ്ടിവരുന്ന രക്തത്തിന്റെ അളവ് കുറയ്ക്കാനാവും. എല്ലാ രോഗികൾക്കും സ്വന്തം രക്തദാതാക്കളാവാൻ കഴിഞ്ഞെന്നുവരില്ല. വളരെയധികം രക്തം വേണ്ടിവരുന്ന ശസ്ത്രക്രിയകൾക്കും അവിചാരിതമായി പെട്ടെന്ന് നടത്തുന്ന ശസ്ത്രക്രിയകൾക്കും ഈ മാർഗം പ്രായോഗികമല്ലതാനും.

രക്തഘടകങ്ങൾ നൽകുന്ന രീതി

രോഗിക്ക് മുഴുവൻ രക്തം നൽകുന്നത് ചിലപ്പോൾ ഗുരുതരമായ പ്രശ്നങ്ങളിലേക്ക് വഴി തെളിക്കാം. രക്തചംക്രമണ വ്യവസ്ഥയിൽ അമിത ഭാരമുണ്ടാകുന്നതും, ചുവന്ന രക്താണുക്കൾ ആവശ്യത്തിലേറെ വർധിക്കുന്നതും പല രോഗികളേയും ചിലപ്പോൾ പ്രതികൂലമായി ബാധിച്ചേക്കാം. രോഗിക്ക് അത്യാവശ്യമുള്ള രക്തഘടകങ്ങൾ സെൻട്രീഫ്യൂജ് ചെയ്ത് വേർതിരിച്ചശേഷം നൽകുന്നതിന് സാധിക്കും ശോണാണുക്കൾ (Red Blood Corpuscles), പ്ലേറ്റ്ലറ്റുകൾ (Plateletes), പ്ലാസ്മ (Plasma) എന്നിവയാണ് രക്തബാങ്കിൽ വേർതിരിക്കുന്ന പ്രധാന രക്തഘടകങ്ങൾ. രക്തം പരമാവധി പ്രയോജനപ്പെടുത്തുന്നതിനും ആവശ്യമില്ലാത്ത ഘടകം സ്വീകരിക്കുന്നത് മൂലം രോഗികളിലുണ്ടാവുന്ന തകരാറുകൾ തടയാനുമാണ് രക്തം ഘടകങ്ങളായി വേർതിരിച്ച് നൽകുന്നത്.

രക്തം ശേഖരിച്ച് ഒരു യന്ത്രസംവിധാനത്തിന്റെ സഹായത്താൽ ആവശ്യമായ ഘടകം മാത്രം വേർതിരിച്ചശേഷം ബാക്കിയുള്ളവ ദാതാവിന് തന്നെ തിരിച്ച് നൽകുകയാണ് ചെയ്യുന്നത്. രക്തം ഘടകങ്ങളായി വേർതിരിച്ച് താഴ്ന്ന ഊഷ്മാവിൽ ദീർഘകാലം സൂക്ഷിക്കാവുന്നതാണ്. രോഗംമൂലമോ, ചികിത്സകൊണ്ടോ, രക്താണുക്കൾ കുറയുകയോ, അതിയായ രക്തസ്രാവം ഉണ്ടാവുകയോ ചെയ്യുന്ന അവസരങ്ങളിൽ രോഗിക്ക് പ്രത്യേക രക്താണുക്കളുടെ ആവശ്യമുണ്ടാകുന്നു.

രക്തബാഗുകൾ (Blood Bags)

രക്തം ശേഖരിക്കുന്നതിനും, കേടുകൂടാതെ ദീർഘനാൾ സൂക്ഷിക്കുന്നതിനും ഇപ്പോൾ രക്തബാഗുകൾ ആണ് ഉപയോഗിക്കുന്നത്. മുമ്പ് കുപ്പിയിലായിരുന്നു രക്തം സൂക്ഷിച്ചിരുന്നത്. രക്തബാഗുകളിൽ വെച്ച് തന്നെ സെൻട്രീഫ്യൂജു ചെയ്ത് രക്തഘടകങ്ങൾ വേർതിരിക്കുന്നതിന് സാധിക്കും. കുപ്പികളെക്കാൾ സുരക്ഷിതമാണ് രക്തബാഗുകൾ.

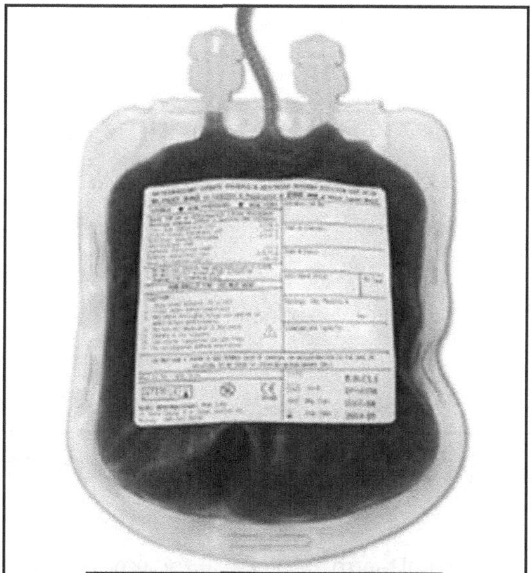

രക്തബാഗ്

രക്തബാഗുകൾ താഴെവീണ് പൊട്ടിപ്പോകുമെന്ന് പേടിക്കേണ്ടതില്ല. മുമ്പ് ഇറക്കുമതി ചെയ്തുകൊണ്ടിരുന്ന രക്തബാഗുകൾ ഇന്ത്യയിൽ ഇപ്പോൾ നിർമിക്കുന്നുണ്ട്. തിരുവനന്തപുരത്തുള്ള ദേശീയ പ്രാധാന്യമുള്ള സ്ഥാപനമായ ശ്രീചിത്തിര തിരുനാൾ ഇൻസ്റ്റിറ്റ്യൂട്ട് ഫോർ മെഡിക്കൽ സയൻസസ് ആന്റ് ടെക്നോളജിയാണ് ഇന്ത്യയിലാദ്യമായി രക്ത ബാഗുകളുടെ സാങ്കേതികവിദ്യ വികസിപ്പിച്ചെടുത്ത് ഉൽപ്പാദന ത്തിന് കൈമാറിയത്. ഈ സാങ്കേതികവിദ്യ ഉപയോഗപ്പെടുത്തി ഇന്ത്യ യിലെ പല കമ്പനികളും രക്തബാഗുകൾ നിർമിച്ച് വിപണിയിലെത്തി ക്കുന്നുണ്ട്.

5

രക്തസംബന്ധമായ രോഗങ്ങൾ

രക്തത്തെ ബാധിക്കുന്ന രോഗങ്ങളും, രക്തത്തിൽ കൂടി പകരുന്ന രോഗങ്ങളും നിരവധിയാണ്.രക്തത്തിലെ കോശങ്ങളുടെ അനിയന്ത്രിതമായ വർധനവ്, കോശങ്ങളുടെ നിർമാണവൈകല്യം, രക്തകോശങ്ങളുടെ ഉൽപ്പാദനത്തിലുള്ള കുറവ് എന്നിവ പല രോഗങ്ങൾക്കും കാരണമാവുന്നു. രക്തവുമായി ബന്ധപ്പെട്ട ഇത്തരം കുറേ രോഗങ്ങളെപ്പറ്റി പറയാം.

പോളിസൈത്തീമിയ (Polycythemia)

അരുണാണുക്കളുടെ അളവ് രക്തത്തിൽ കൂടുന്നതിനും കുറയുന്നതിനും സാധ്യതയുണ്ട്. അരുണാണുക്കളുടെ അളവ് ക്രമാതീതമായി കൂടിയാൽ രക്തക്കുഴലുകളിൽ കൂടിയുള്ള രക്തത്തിന്റെ ഒഴുക്ക് സാവധാനത്തിലാവുന്നു. ബസിൽ കൂടുതൽ ആളുകൾ കയറിയാൽ ബസ് സാവധാനത്തിൽ സഞ്ചരിക്കുന്നത് പോലെയാണിത്. അനിയന്ത്രിതവും അസാധാരണവുമായ ഉൽപ്പാദനംമൂലം ശോണാണുക്കളുടെ സംഖ്യയിൽ വരുന്ന അസാമാന്യമായ വർധനവാണ് 'പോളിസൈത്തീമിയ' (Polycythemia). രക്തപ്രവാഹത്തിന്റെ വേഗക്കുറവ് കാരണം പല ധമനികളിലും "ക്ലോട്ടിംഗ്" (Clotting) അഥവാ "സ്കന്ദനം" ഉണ്ടാകാം. തന്മൂലം ചെറിയ ആർട്ടറികളും അതിലും ചെറുതായ സൂക്ഷ്മ രക്തക്കുഴലുകളും അടഞ്ഞ് പോകുന്നതിനും സാധ്യതയുണ്ട്.

അനീമിയ (Anaemia)

"ആഹാരമൊന്നും കഴിക്കാതെ നീ അങ്ങ് വിളറി വെളുത്ത് പോയല്ലോ മോനെ"... അമ്മമാർ കുട്ടികളെ നോക്കി ചിലപ്പോൾ

പറയാറുണ്ട്. ശോണാണുക്കളുടെ കുറവ് മൂലമാണ് ''അനീമിയ'' (Anaemia) അഥവാ "വിളർച്ച" എന്ന രോഗമുണ്ടാകുന്നത്. രോഗി വിളറി വെളുത്തത് പോലെ ആയിത്തീരുന്നു. ചുവന്ന രക്താണുക്കളുടെ സാവധാനത്തിലുള്ള ഉൽപ്പാദനം കൊണ്ടോ, രക്തം ശരീരത്തിൽ നിന്ന് പെട്ടെന്ന് നഷ്ടപ്പെടുന്നത് മൂലമോ "അനീമിയ" എന്ന രോഗമുണ്ടാകാം, അരുണാണുക്കൾ ഉൽപ്പാദിപ്പിക്കുന്ന അസ്ഥിമജ്ജക്ക് എന്തെങ്കിലും തകരാറ് സംഭവിച്ചാലും അരുണാണുക്കളുടെ ഉൽപ്പാദനം കുറയും. പോഷകപദാർഥങ്ങളുടെ കുറവ് മൂലമാണ് പ്രധാനമായും "വിളർച്ച" എന്ന രോഗമുണ്ടാകുന്നത്.

സിക്കിൾ സെൽ അനീമിയ (Sickle Cell Anaemia)

ഫാക്ടറിയിൽ നിർമിക്കുന്ന വിവിധ ഉൽപ്പന്നങ്ങൾ ചിലപ്പോൾ കുറഞ്ഞ വിലയ്ക്ക് വിൽക്കുന്നത് നാം ശ്രദ്ധിച്ചിരിക്കും. നിർമാണത്തിലുള്ള ചെറിയ തകരാറുകൾ കാരണം തുണിത്തരങ്ങൾ, പാത്രങ്ങൾ, വീട്ടുപകരണങ്ങൾ തുടങ്ങിയ സാധനങ്ങൾ കമ്പനികൾ വില കുറച്ച് വിൽക്കുന്നു. ഈ ഉൽപ്പന്നങ്ങൾക്ക് നിർമാണത്തകരാറ് സംഭവിക്കുന്നതുപോലെ ശരീരത്തിലെ രക്തഘടകങ്ങളുടെ നിർമാണത്തിലും തകരാറുകൾ സംഭവിക്കുന്നു. അതിനൊരു ഉദാഹരണമാണ് അരിവാൾ ആകൃതിയിലുള്ള ചുവന്ന രക്താണുക്കൾ. അരുണാണുക്കളിൽ അടങ്ങിയിരിക്കുന്ന ഹീമോഗ്ലോബിൻ എന്ന പ്രോട്ടീന്റെ നിർമാണവൈകല്യം മൂലമാണ് അരിവാൾ ആകൃതിയിലുള്ള അരുണാണുക്കൾ സൃഷ്ടിക്കപ്പെടുന്നത്. ഈ രോഗത്തിന് 'സിക്കിൾ സെൽ അനീമിയ' (Sickle Cell Anaemia) എന്നാണ് പറയുന്നത്.

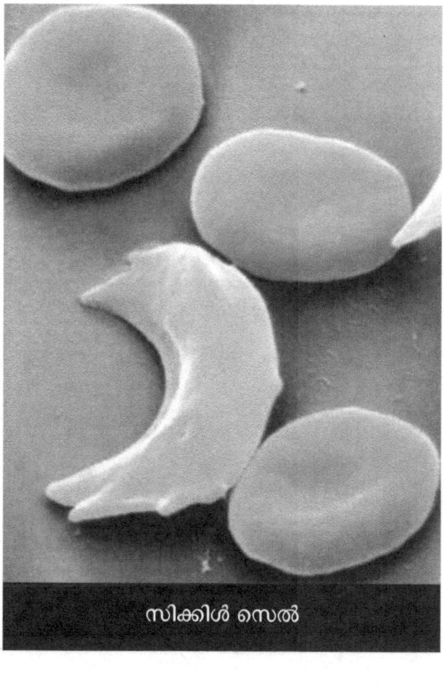
സിക്കിൾ സെൽ

അരുണാണുക്കളുടെ ആയുസ്സ് കുറയുകയാണ് ഈ രോഗത്തിന്റെ ഫലം. അരിവാൾ പോലെ നീണ്ട് വളയുന്നതിനാൽ സൂക്ഷ്മ രക്തക്കുഴലുകളിലൂടെ കടന്നുപോകുന്നതിന് അരുണാണുക്കൾക്ക് കഴിയാതെ വരികയും രോഗികൾക്ക് സ്ഥിര

മായ വിളർച്ച ഉണ്ടാവുകയും ചെയ്യുന്നു. ഈ വിളർച്ച ശരീരത്തിന്റെ വളർച്ചയെ സാരമായി ബാധിക്കുകയും പല രോഗങ്ങൾക്കും കാരണമാകുകയും ചെയ്യുന്നു. 1949ൽ ലിനസ് പോളിങ് എന്ന വിശ്രുതനായ ശാസ്ത്രജ്ഞന്റെ നേതൃത്വത്തിലുള്ള സംഘമാണ് "സിക്കിൾ സെൽ അനീമിയ" രോഗത്തിന്റെ കാരണം കണ്ടെത്തിയത്. ഹീമോഗ്ലോബിന്റെ നിർമാണത്തിന് നിദാനമായ ജീനിന്റെ അടുക്കുകളിലുണ്ടാകുന്ന വ്യതിയാനം അഥവാ "മ്യൂട്ടേഷനാ"ണ് (Mutation) ഈ വ്യത്യസ്ത ഹീമോഗ്ലോബിന്റെ ഉൽപ്പാദനത്തിന് കാരണമാകുന്നത്.

ആഫ്രിക്കയിലും അമേരിക്കയിലുമുള്ള കറുത്ത വംശജരിൽ "സിക്കിൾ സെൽ അനീമിയ" രോഗം സർവസാധാരണയായി കണ്ടുവരുന്നുണ്ട്. ഇന്ത്യയിൽ ബീഹാറിലും ആന്ധ്രപ്രദേശിലുമുള്ള ചില ഗോത്രവർഗക്കാരുടെ ഇടയിലും "സിക്കിൾ സെൽ അനീമിയ" രോഗം കണ്ടുവരുന്നുണ്ട്. കേരളത്തിൽ വയനാട്ടിലും അട്ടപ്പാടിയിലുമുള്ള ആദിവാസി സമൂഹങ്ങളിലും ഈ രോഗം ഉള്ളതായി റിപ്പോർട്ട് ചെയ്തിട്ടുണ്ട്.

താലസീമിയ (Thalassemia)

ശ്വേതാണുക്കളുടെ ആകൃതി വ്യത്യസപ്പെടുന്നത് മൂലമുണ്ടാകുന്ന മറ്റൊരു പാരമ്പര്യ രോഗമാണ് "താലസീമിയ" (Thalassemia). രൂക്ഷമായ വിളർച്ചയാണ് ജനിതക തകരാറ് നിമിത്തമുണ്ടാകുന്ന ഈ രോഗത്തിന്റെയും ലക്ഷണം. പ്രായമേറുന്നതോടെ വ്യക്തിയുടെ വളർച്ചമുരടിക്കുകയും ചെയ്യുന്നു.

ലുക്കീമിയ (Leukemia)

ശ്വേതാണുക്കളെ ബാധിക്കുന്ന നിരവധി അസുഖങ്ങൾ "ലുക്കീമിയ" (Leukemia) എന്ന പേരിലാണറിയപ്പെടുന്നത്. അനിയന്ത്രിതമായ ഉൽപ്പാദനം നിമിത്തം ശ്വേതാണുക്കളുടെ സംഖ്യയിൽ വരുന്ന ഗുരുതരമായ വർധനവാണ് 'ലുക്കീമിയ'. അനിയന്ത്രമായി പെരുകുന്ന വെളുത്ത രക്താണുക്കൾക്ക് ആവശ്യമായ ഭക്ഷണ പദാർഥങ്ങൾ രക്തത്തിൽ നിന്ന് എടുക്കുമ്പോൾ രോഗി ക്ഷീണിതനാവുന്നു. ഈ അവസ്ഥ

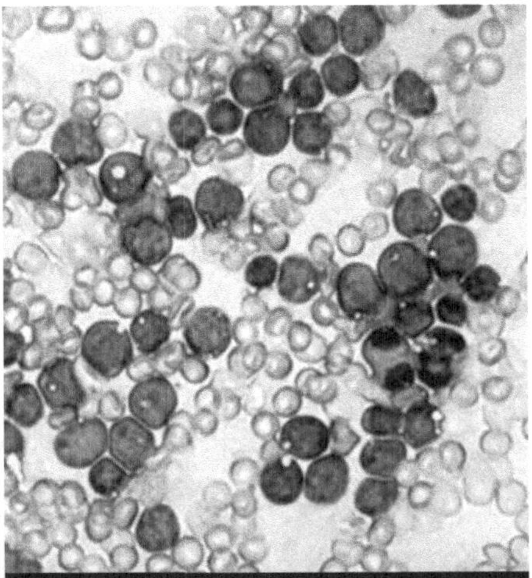
ലുക്കീമിയ രക്തകോശങ്ങൾ

രക്തത്തിലുള്ള മറ്റ് കോശങ്ങളുടെ നിലനിൽപ്പിനേയും ബാധിക്കുന്നു. എന്തുകൊണ്ടാണ് ശ്വേതാണുക്കൾ ക്രമാതീതമായി രക്തത്തിൽ ഉൽപ്പാദിപ്പിക്കപ്പെടുന്നത്? ലൂക്കീമിയ രോഗത്തിന്റെ കാരണങ്ങൾ തേടിയുള്ള ഗവേഷണങ്ങൾ ലോകത്തിലെ വിവിധ രാജ്യങ്ങളിൽ നടന്ന് വരികയാണ്. രക്തത്തിലെ ക്യാൻസറാണ് "ലുക്കീമിയ". രക്താർബുദം എന്ന് മലയാളത്തിൽ ഇതിന് പേരു പറയുന്നു.

ഹീമോഫീലിയ (Haemophilia)

സ്കൂളിലെ കളിക്കളത്തിൽ മറിഞ്ഞ് വീണ് ബാലുവിന്റെ കൈ മുറിഞ്ഞു. ബാലുവിന്റെ കൈയിലെ മുറിവിൽ നിന്നും രക്തം ഒഴുകിക്കൊണ്ടേയിരുന്നു. തുണിചുറ്റി മുറിവിൽ ഏറെനേരം അമർത്തിപ്പിടിച്ചിട്ടും രക്തപ്രവാഹം നിലച്ചില്ല. ബാലുവിനെ അധ്യാപകർ ചേർന്ന് ഉടൻതന്നെ ആശുപത്രിയിലെത്തിച്ചു. മുറിവുണ്ടായാൽ രക്തപ്രവാഹം നിലയ്ക്കാത്ത ഒരു പ്രത്യേക അസുഖമായിരുന്നു ബാലുവിന്. ഈ രോഗത്തിന് 'ഹീമോഫീലിയ' എന്നാണ് പറയുന്നത്.

വളരെ അപകടകരമായ ഒരു പാരമ്പര്യ രോഗമാണ് "ഹീമോ ഫീലിയ" (Haemophilia) രക്തം കട്ടപിടിക്കാനുള്ള കഴിവ് ഇല്ലാതാകു കയോ, കട്ടപിടിക്കാൻ സാധാരണയിലും കവിഞ്ഞ സമയം വേണ്ടി വരികയോ ചെയ്യുന്ന ഒരു ജനിതക തകരാറാണിത്. യൂറോപ്പിലെ രാജകു ടുംബങ്ങളിൽ 'ഹീമോഫീലിയ' രോഗികൾ വ്യാപകമായി ഉണ്ടായിരുന്നു.

'ഹീമോഫീലിയ' രോഗത്തിന്റെ കാരണം

രക്തം കട്ടപിടിക്കുന്നതിൽ പ്രധാന പങ്കു വഹിക്കുന്ന "കൊ യാഗുലേഷൻ ഘടകം -8" (Coagulation Factor VIII) "കൊയാഗുലേഷൻ ഘടകം -9" (Coagulation Factor IX) എന്നിവയുടെ അഭാവം മൂലമാണ് ഹീമോഫീലിയ രോഗമുണ്ടാകുന്നത്. ഈ രോഗികളിൽ 85 ശതമാന ത്തോളം ആളുകളിലും കൊയാഗുലേഷൻ ഫാക്ടർ എട്ടിന്റെ കുറവുകൊണ്ടാണ് ഈ രോഗമുണ്ടാകുന്നത് 15 ശതമാനം പേർക്ക് കൊ യാഗുലേഷൻ ഫാക്ടർ ഒമ്പതിന്റെ അഭാവം കൊണ്ടും ഹീമോഫീലിയ രോഗമുണ്ടാകുന്നു. ഫാക്ടർ എട്ടിന്റെ അഭാവം കൊണ്ടുണ്ടാകുന്ന രോഗം "ഹീമോഫീലിയ- എ" എന്നും, ഫാക്ടർ ഒമ്പതിന്റെ അഭാവം കൊ ണ്ടുണ്ടാകുന്ന രോഗം 'ഹീമോഫീലിയ'- ബി" എന്നും അറിയപ്പെടുന്നു. "ഹീമോഫീലിയ- ബി" രോഗത്തിന് "ക്രിസ്മസ് രോഗം" (Christmas Disease) എന്നും പറയാറുണ്ട്.

ഹീമോഫീലിയ രോഗം സാധാരണയായി ആൺകുട്ടികളെ മാത്രമേ ബാധിക്കുകയുള്ളൂ. വളരെ ചെറുപ്പത്തിൽ തന്നെ രോഗലക്ഷണങ്ങൾ കണ്ടു തുടങ്ങുന്നു. സന്ധികളിലേക്ക് സ്വമേധയാ രക്തസ്രാവം ഉണ്ടാ കുന്നതിനാൽ സന്ധികൾ വീങ്ങുന്നതിന് കാരണമാകും. ഹീമോഫീലിയ രോഗമുള്ളവരിൽ തലയ്ക്ക് ചെറിയൊരു ഇടിയേറ്റാൽ മതി തലയ്ക്കു

ള്ളിൽ രക്തവാർച്ച ഉണ്ടാകാൻ. നിസ്സാരമായ മുറിവുപോലും ജീവാപായമുണ്ടാകുന്ന രക്തസ്രാവത്തിന് കാരണമാകാം. ഈ രോഗമുള്ളവരിൽ പല്ലെടുക്കുമ്പോൾ ആഴ്ചകളോളം നീണ്ടുനിൽക്കുന്ന രക്തവാർച്ച ഉണ്ടായിരിക്കും.

മലേറിയ (Malaria)

രക്തത്തിലൂടെ പകരുന്ന ഒരു രോഗമാണ് "മലേറിയ" (Malaria) അഥവാ ''മലമ്പനി''. മലേറിയ രോഗത്തിന് കാരണമാകുന്ന "പ്ലാസ്മോഡിയം" വിഭാഗത്തിൽപ്പെട്ട പാരസൈറ്റുകൾ അനോഫിലസ് വിഭാഗത്തിലുള്ള പെൺകൊതുകുകൾ വഴിയാണ് മനുഷ്യശരീരത്തിൽ എത്തുന്നത്. ഒരുകാലത്ത് നിരവധി മനുഷ്യജീവൻ അപഹരിച്ച രോഗമായിരുന്നു "മലമ്പനി".

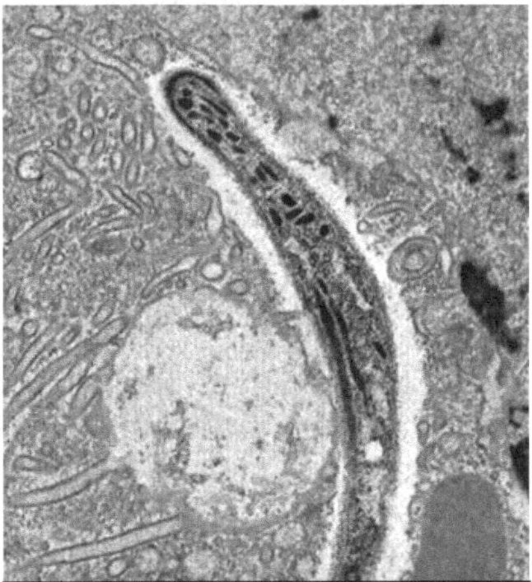
മലേറിയ രോഗാണു

ഈ രോഗത്തിന് കാരണമാകുന്ന രോഗാണുക്കൾ രക്തത്തിലെ ചുവന്നരക്താണുക്കളിലാണ് വസിക്കുന്നത്. രോഗം ഭേദമായിക്കഴിഞ്ഞാലും രോഗാണുക്കൾ ചുവന്ന രക്താണുക്കളിൽ കാണപ്പെടാം. പൂർണമായും നിർമാർജനംചെയ്തു എന്ന് കരുതിയിരുന്ന മലമ്പനി പല രാജ്യങ്ങളിലും വീണ്ടും പ്രത്യക്ഷപ്പെട്ടു തുടങ്ങിയിരിക്കുന്നു. മലമ്പനി രോഗത്തിന് ഇപ്പോൾ ഫലപ്രദമായ മരുന്ന് കണ്ടുപിടിച്ചിട്ടുണ്ട്. രോഗാണുക്കളുള്ള രക്തം കുത്തിവയ്ക്കുന്നതിലൂടെയും മലേറിയ രോഗം മറ്റൊരാളിലേക്ക് പകരാം.

മന്ത് (Filariasis)

കൊതുക് പരത്തുന്ന മറ്റൊരു രോഗമാണ് ''മന്ത്'' അഥവാ "ഫൈലേറിയാസിസ്" (Filariasis). ഈ രോഗവും രക്തത്തിലൂടെയാണ് പകരുന്നത്. കൊതുക് കടിക്കുമ്പോൾ, മരുന്ന് കുത്തിവയ്ക്കുന്നത് മാതിരി, രോഗംവരുത്തുന്ന ജീവികളുടെ ലാർവകളെ രക്തത്തിലേക്ക് കടത്തിവിടുന്നു. രക്തത്തിനുള്ളിൽ ലാർവകൾ പൂർണവളർച്ച പ്രാപിക്കുന്നു. തടിച്ച കാലുകളോടുകൂടിയ മന്ത് രോഗികളെ കണ്ടിട്ടില്ലേ? മന്തുരോഗം ഉണ്ടാക്കുന്ന ജീവിയെ അന്യജീവിയായി മനുഷ്യശരീരം കാണാത്തതിനാൽ ശരീരത്തിന്റെ സുരക്ഷാസംവിധാനത്തിന് വേണ്ട രീതിയിൽ പ്രവർത്തിക്കാൻ കഴിയാതെ വരുന്നു. മന്തുരോഗം വരുത്തുന്ന

ജീവികളുടെ ലാർവകളെ മരുന്നുപയോഗിച്ച് ശരീരത്തിൽ നിന്നും ഇല്ലായ്മ ചെയ്യാൻ കഴിയുമെങ്കിലും പൂർണ വളർച്ചയെത്തിയ ജീവിയെ നശിപ്പിക്കാൻ പ്രയാസമാണ്.

''എലിഫന്റിയാസിസ്'' (Elephantiasis) എന്ന പേരിലും അറിയപ്പെടുന്ന മന്തുരോഗത്തെക്കുറിച്ചുള്ള ആധികാരികമായ വിവരം ആദ്യമായി നൽകിയത് ബ്രിട്ടീഷുകാരനായ ഡോ. പാട്രിക് മാൻസൻ ആയിരുന്നു. ഇന്ത്യയിലെ മിക്ക സംസ്ഥാനങ്ങളിലും പല തോതിൽ മന്തു രോഗം കണ്ടുവരുന്നുണ്ട്. കേരളത്തിൽ കൊച്ചിയിലും ചേർത്തലയിലും ഫൈലേറിയാസിസ് വ്യാപകമായി കാണപ്പെട്ടിരുന്നു. വെള്ളം കെട്ടിക്കിടക്കുന്നതുമൂലം കൊതുക് ശല്യം കൂടുതലായി അനുഭവപ്പെടുന്ന പ്രദേശങ്ങളാണിത്. രോഗകാരണമാവുന്ന കൊതുകുകളെ നിർമാർജനം ചെയ്യുകയും, വെള്ളം കെട്ടിക്കിടക്കുന്നത് ഒഴിവാക്കുകയും ചെയ്യേണ്ടത് രോഗനിയന്ത്രണത്തിന് ആവശ്യമാണ്.

പ്ലേഗ് (Plague)

രക്തത്തിലൂടെ പകരുന്ന വേറൊരു രോഗമാണ് "പ്ലേഗ്" (Plague). എലികളാണ് ഈ രോഗം പരത്തുന്നത്. എലിയിലെ ചെള്ളുകളാണ് പ്ലേഗ് രോഗാണുവിനെ എലികളിൽ നിന്നും മനുഷ്യനിലേക്ക് എത്തിക്കുന്നത്.

ജപ്പാൻ ജ്വരം (Japanese Encephalitis)

''ക്യൂലെക്സ്ട്രിറ്റേനിയോറിങ്ക്സ്'' വിഭാഗത്തിൽപ്പെടുന്ന കൊതുകുകൾ പരുത്തുന്ന രോഗമാണ് ''ജപ്പാൻ ജ്വരം'' അഥവാ ''ജപ്പാനീസ് എൻസെഫലൈറ്റിസ്'. കൊതുക് പക്ഷികളുടേയും പന്നികളുടേയും ശരീരത്തിൽ നിന്നും വൈറസുകളെ മനുഷ്യനിലേക്ക് എത്തിക്കുന്നു. കുട്ടികളിലും പ്രായം ചെന്നവരിലും രോഗം കൂടുതൽ ഗുരുതരമായിരിക്കും. തലവേദന, സന്നി, ബോധക്ഷയം തുടങ്ങിയ നിരവധി രോഗലക്ഷണങ്ങൾ രോഗിയിൽ പ്രകടമാവുന്നു.

എയ്ഡ്സ് (AIDS)

രക്തത്തിലെ ശ്വേതാണുക്കളെ നശിപ്പിക്കുന്ന ഒരു രോഗമാണ് അടുത്ത കാലത്തായി വളരെ ജനശ്രദ്ധ ആകർഷിച്ച ''എയ്ഡ്സ്'' (AIDS) "അക്വേർഡ് ഇമ്യൂൺ ഡെഫിഷൻസി സിൻഡ്രോം" (Acquired Immune Deficiency Syndrome) എന്ന പേരിലെ ഓരോ പദത്തിന്റെയും ആദ്യത്തെ അക്ഷരങ്ങൾ ചേർത്താണ് "എയ്ഡ്സ്" (AIDS) എന്ന പേര് വന്നത്. ശരീരത്തിൽ കയറിക്കൂടുന്ന രോഗാണുക്കളെ നശിപ്പിക്കുന്ന ജോലിയാണ് ശ്വേതാണുക്കൾക്കുള്ളതെന്ന് നേരത്തെ പറഞ്ഞുവല്ലോ.

ശരീരത്തിന്റെ രോഗപ്രതിരോധ സംവിധാനമാണ് ''എയ്ഡ്സ്'' രോഗാണു തകർക്കുന്നത്. അത് കാരണം ഏതെങ്കിലും രോഗം ബാധിച്ചാൽ വ്യക്തി രോഗാണുക്കൾക്ക് അടിമയായിത്തീരുന്നു. രാജ്യം

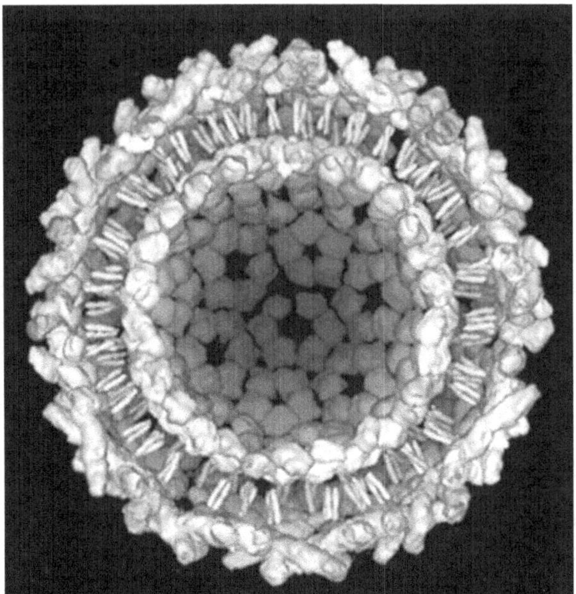

ചിക്കുൻഗുനിയ രോഗാണു

സ്ഥയിലാവുന്നതിനാൽ "ചിക്കുൻ ഗുനിയ" "രോഗത്തിന്" "ബെൻഡിംഗ് ഡിസീസ്" (Bending Disease) എന്നും പറയുന്നു.

എലിപ്പനി

"ലെപ്റ്റോസ്പൈറ" (Leptospira) എന്ന പ്രത്യേകതരം ബാക്ടീരിയകൾ മൂലമാണ് എലിപ്പനിയുണ്ടാകുന്നത്. എലിയിലാണ് "ലെപ്റ്റോസ്പൈറ" എന്ന രോഗാണുക്കൾ കൂടുതലായി കണ്ടു വരുന്നത്. വളർത്തുമൃഗങ്ങൾ വന്യമൃഗങ്ങൾ എന്നിവയിലും ഈ രോഗാണുക്കൾ കണ്ടുവെന്ന് വരാം. "ലെപ്റ്റോസ്പൈറ" എന്ന ബാക്ടീരിയകൾ മൂലം ഉണ്ടാകുന്ന രോഗമായതിനാൽ ഈ അസുഖം "ലെപ്റ്റോസ്പൈറോസിസ്" (Leptospirosis) എന്ന പേരിലും അറിയപ്പെടുന്നു.

രോഗമുള്ള ജീവിയുടെ മൂത്രത്തിൽകൂടി മാസങ്ങളോളം രോഗാണുക്കൾ പുറത്തുവന്നുകൊണ്ടേയിരിക്കും. മനുഷ്യശരീരത്തിലെ മൃദുലചർമ്മത്തിലൂടെയും മുറിവുകളിലൂടെയും രോഗാണുക്കൾ ശരീരത്തിൽ പ്രവേശിക്കുന്നു. ദേഹത്ത് രക്തം പൊടിയുക, തൊലി പ്പുറത്ത് തടിപ്പുണ്ടാകുക, വെളിച്ചം കാണാൻ പ്രയാസം അനുഭവപ്പെടുക തുടങ്ങിയ രോഗലക്ഷണങ്ങൾ ക്രമേണ രോഗിയിൽ പ്രത്യക്ഷപ്പെടുന്നു. രക്തപരിശോധനയിലൂടെ എലിപ്പനി എന്ന രോഗം കൃത്യമായി നിർണയിക്കുന്നതിന് കഴിയും.

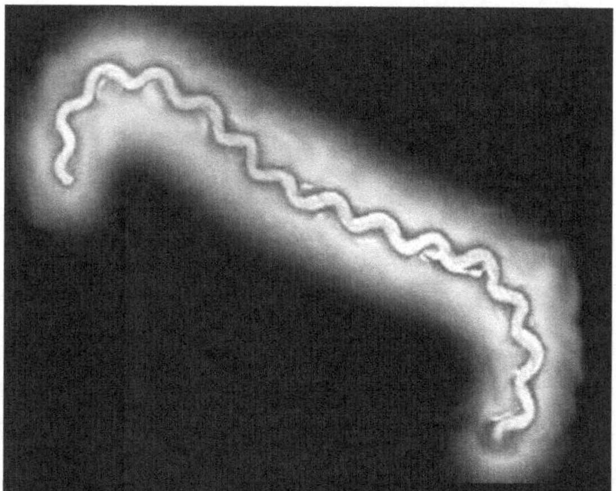

'ലെപ്റ്റോസ്പൈറ'

ഹെപ്പറ്റൈറ്റിസ് (Hepatitis)

കരളിനെ ബാധിക്കുന്ന ആറ് പ്രധാന വൈറസുകളുണ്ട്. ഇതിൽ ഹെപ്പറ്റൈറ്റിസ് - ബി വൈറസും, ഹെപ്പറ്റൈറ്റിസ് - സി വൈറസും രക്തം സ്വീകരിക്കുന്നതിലൂടെയും, ലൈംഗിക ബന്ധത്തിലൂടെയുമാണ് ഒരാളിൽ നിന്നും മറ്റൊരാളിലേക്ക് പകരുന്നത്. അമ്മയിൽ നിന്ന് കുഞ്ഞിലേക്കും ഈ രോഗം പകരാം. ഈ രോഗികളിൽ കരൾ വീക്കവും കരളിന് അർബുദ രോഗവും ഉണ്ടാകുന്നു.

6

രക്തക്കുഴലുകൾക്കുണ്ടാവുന്ന തടസം

രക്തക്കുഴലുകളിൽ തടസമുണ്ടാകുമ്പോൾ ഹൃദയത്തിന് വളരെ ശക്തിയായി രക്തം പമ്പുചെയ്യേണ്ടതായി വരുന്നു. ഹൃദയ പേശികളെ രക്തധമനിയിലെ തടസം തളർത്തുന്നു. വെള്ളം ഒഴുകുന്ന പ്ലാസ്റ്റിക് ട്യൂബിനുള്ളിൽ കുറച്ച് വൈക്കോൽ തിരുകിയാൽ വെള്ളത്തിന്റെ ഒഴുക്ക് കുറയുകയില്ലേ? ആവശ്യത്തിന് വെള്ളം ലഭിക്കണമെങ്കിൽ ട്യൂബിൽക്കൂടി ഉയർന്ന മർദത്തിൽ വെള്ളം ഒഴുക്കിയാൽ മാത്രമേ സാധിക്കുകയുള്ളൂ. ഇതുപോലെയാണ് രക്തധമനികളുടേയും സ്ഥിതി.

കൊളസ്റ്ററോൾ (Cholesterol), കൊഴുപ്പ് (Fat) എന്നിവ അടിഞ്ഞു കൂടുന്നതിന്റെ ഫലമായാണ് രക്തധമനികളിൽ തടസം രൂപപ്പെടുന്നത്. ആർട്ടറിയുടെ അകത്തെ പാളിയിൽ ഇങ്ങനെയുണ്ടാകുന്ന തടസത്തിന് "അതീറോസ്ക്ലെറോസിസ്" (Atherosclerosis) എന്നാണ് പറയുന്നത്. കട്ടിയുള്ള ഈ തടസത്തിന്റെ മുകളിൽക്കൂടി രക്തം ഒഴുകുമ്പോൾ രക്തത്തിലെ പ്ലേറ്റ്ലറ്റുകളിൽ നിന്നും ചില വസ്തുക്കൾ പുറത്തേക്ക് വരികയും ഇവ കൂടുതലായി രക്തത്തെ കട്ടപിടിക്കുന്നതിന് സഹായിക്കുകയും ചെയ്യുന്നു രക്തധമനിക്കുള്ളിൽ രൂപപ്പെടുന്ന അസാധാരണമായ ഈ ക്ലോട്ടിന് "ത്രോംബസ്" (Thrombus) എന്നാണ് പറയുന്നത്. രക്തക്കുഴൽ പൂർണമായും അടഞ്ഞ് രക്തത്തിന് കടന്നു പോകാൻ പറ്റാത്ത സാഹചര്യമുണ്ടായാൽ "ഹൃദയാഘാതം" (Heart Attack) ഉണ്ടാകുന്നു. രക്തധമനി അടയുന്ന ഈ രോഗത്തിന് 'ത്രോംബോസിസ്" (Thrombosis) എന്നാണ് പറയുന്നത്.

രക്തധമനിയിൽ തടസം ഉണ്ടാകുന്നതിന് കാരണമായ "കൊളസ്റ്ററോൾ" ഒരളവിൽ ശരീരത്തിന് ആവശ്യമായ ഒരു ഘടകമാണത്രേ. ഇത് അളവിൽ കവിഞ്ഞെങ്കിൽ മാത്രമേ ഉപദ്രവകാരിയായി മാറുക

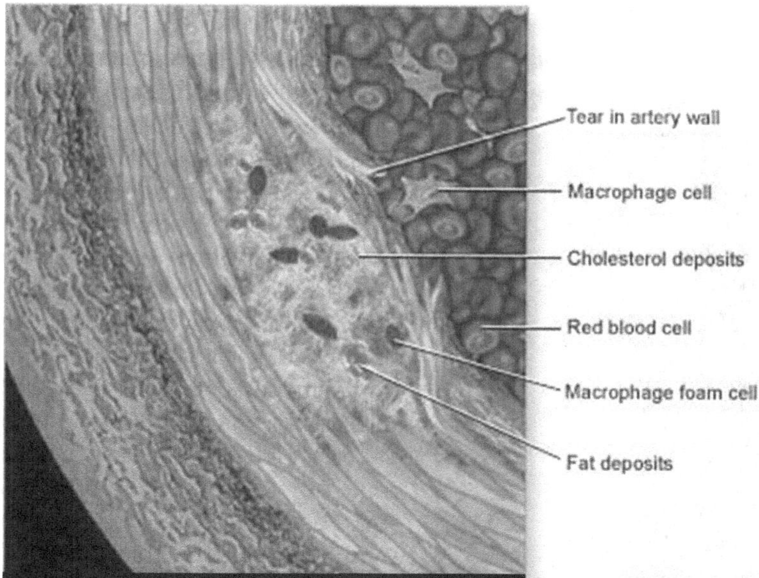

അതീറോസ്ക്ലെറോസിസ്

യുള്ളൂ. മുട്ട, മാംസം, പാൽ എന്നിവയിൽ കൊളസ്റ്ററോൾ അടങ്ങിയിട്ടുണ്ട്. കൂടാതെ നമ്മുടെ ശരീരത്തിൽ കരൾ കൊളസ്റ്ററോൾ നിർമിക്കുന്നുണ്ട്. കൂടുതൽ കൊഴുപ്പ് ചേർന്ന ആഹാരം കഴിക്കുന്നത് ശരീരത്തിലെ കൊളസ്റ്ററോളിന്റെ അളവ് വർധിക്കുന്നതിന് കാരണമാകും എന്ന നിഗമനത്തിൽ വൈദ്യശാസ്ത്ര ഗവേഷകർ എത്തിച്ചേർന്നിട്ടുണ്ട്.

കൊളസ്റ്ററോൾ നിയന്ത്രണം

രക്തത്തിലെ കൊളസ്റ്ററോൾ നിയന്ത്രിച്ചു നിറുത്തുന്നതിൽ നാം കഴിക്കുന്ന ആഹാരപദാർഥങ്ങൾ നല്ല ഒരു പങ്കുവഹിക്കുന്നുണ്ട്, "ഒമേഗ -3- ഫാറ്റി ആസിഡ്" (Omega -3-Fatty Acid) എന്ന പദാർഥത്തിന് കൊളസ്റ്ററോളിനെ നിയന്ത്രിക്കുന്നതിനുള്ള കഴിവുണ്ട്. കൂടാതെ രക്തധമനിയിൽ രക്തം കട്ടപിടിക്കുന്നതിന് സഹായകമായി പ്രവർത്തിക്കുന്ന ഘടകങ്ങളെ "ഒമേഗ -3- ഫാറ്റി ആസിഡ്" തടയുകയും ചെയ്യുന്നു. മത്തി (Sardine) അയല (Mackerel) തുടങ്ങിയ മത്സ്യങ്ങൾ കഴിക്കുന്നതുമൂലം ഒമേഗ-3-ഫാറ്റി ആസിഡ് ശരീരത്തിന് വേണ്ടുവോളം ലഭിക്കുന്നു. അരിയുടെ തവിട് രക്തത്തിലെ കൊളസ്റ്ററോളിന്റെ അളവ് കുറയ്ക്കുവാൻ സഹായിക്കുമെന്ന് തെളിയിക്കപ്പെട്ടിട്ടുണ്ട്. സസ്യാഹാരങ്ങളും നാരുള്ള ഭക്ഷണപദാർഥങ്ങളും കഴിക്കുന്നത് രക്തത്തിലെ കൊളസ്റ്ററോൾ വർധിക്കാതിരിക്കുവാൻ സഹായിക്കുമത്രേ. എല്ലാ ആഹാരങ്ങളും കഴിച്ച് ശീലിക്കണമെന്ന് പ്രായമുള്ളവർ നൽകുന്ന ഉപദേശം എത്ര ശരിയാണല്ലേ?

ആർട്ടറിയും വെയ്നും

ഹൃദയത്തിൽ നിന്നും രക്തം വഹിച്ചുകൊണ്ട് പോകുന്ന രക്തക്കുഴലുകളെ "ആർട്ടറികൾ" എന്നും ഹൃദയത്തിലേക്ക് രക്തം എത്തിക്കുന്ന രക്തക്കുഴലുകളെ "വെയ്നുകൾ" എന്നുമാണ് പറയുന്നത്. 'ആർട്ടറി" ശുദ്ധരക്തവും "വെയ്ൻ" അശുദ്ധരക്തവും വഹിക്കുന്നു എന്ന് സാമാന്യമായി പറയാമെങ്കിലും ഇതിന് വിപരീതമായി ഒരു ആർട്ടറിയും വെയ്നും പ്രവർത്തിക്കുന്നുണ്ട്. പൾമണറി ആർട്ടറിയും പൾമണറി വെയ്നുമാണിവ. പൾമണറി ആർട്ടറി അശുദ്ധരക്തവും പൾമണറിവെയ്ൻ ശുദ്ധരക്തവുമാണ് വഹിച്ചുകൊണ്ട് പോകുന്നത്. ആർട്ടറി കട്ടിയേറിയതും ബലമുള്ളതുമായ ഭിത്തിയോട് കൂടിയതുമാണ്. ആർട്ടറിയിലെ രക്തപ്രവാഹത്തിന് കൂടുതൽ മർദമുള്ളതിനാൽ ഇതാവശ്യമാണുതാനും. വെയ്നുകളിലെ രക്തമർദം കുറവായിരിക്കും. വെയ്നുകളുടെ ഭിത്തി ക്ക് ആർട്ടറിയെ അപേക്ഷിച്ച് ബലം കുറവായിരിക്കും. എത്ര അത്ഭുതകരമായ രീതിയിലാണ് മനുഷ്യ ശരീരത്തിലെ ഓരോ ഭാഗങ്ങളുടെയും ഘടന ക്രമീകരിച്ചിരിക്കുന്നത്!

ആർട്ടറി ചെറിയ രക്തക്കുഴലുകളായി വിഭജിക്കപ്പെട്ടിരിക്കുന്നു. ഇവയെ "ആർട്ടീരിയോലുകൾ" (Arterioles) എന്നാണ് പറയുന്നത്. സൂക്ഷ്മരക്തക്കുഴലുകളായ കാപ്പിലറികളിലേക്ക് രക്തത്തെ എത്തിക്കുന്നത് ആർട്ടീരിയോലുകളാണ്. കാപ്പിലറി രക്തക്കുഴലുകൾ സൂക്ഷ്മദർശിനിയുടെ സഹായത്താൽ മാത്രമേ കാണാൻ സാധിക്കുകയുള്ളൂ. വളരെ ചെറുതായ കാപ്പിലറി രക്തക്കുഴലുകളിൽ കൂടിയാണ് രക്തത്തിലെ വസ്തുക്കൾ കോശങ്ങൾക്ക് കൈമാറുന്നത്. കാപ്പിലറി രക്തക്കുഴലുകളിൽനിന്നും തുടരുന്ന രക്തക്കുഴലുകളെ "വെന്യൂലുകൾ" (Venules) എന്ന് വിളിക്കുന്നു. വെന്യൂലുകൾ കൂടിച്ചേർന്ന് "വെയ്ൻ" ആയി മാറുന്നു. വെയ്നുകൾക്ക് രക്തം നൽകുന്നത് വെന്യൂലുകളാണ്. വെയ്നുകളിൽ നിന്നും രക്തം തിരിച്ച് കാപ്പിലറി രക്തക്കുഴലുകളിലേക്ക് ഒഴുകാതിരിക്കാൻ വേണ്ടി, വെയ്നുകളിൽ പ്രത്യേക വാൽവുകളുമുണ്ട്.

7

രക്തമർദം (Blood pressure)

രക്തം, രക്തക്കുഴലുകളിൽ പ്രയോഗിക്കുന്ന മർദത്തിനാണ് രക്തമർദം (Blood Pressure) എന്ന് പറയുന്നത്. ഹൃദയം ഒരു പമ്പ് കണക്കെ രക്തം ശരീരത്തിന്റെ നാനാ ഭാഗത്തേക്കും പ്രവഹിപ്പിക്കുന്നു. ഒരാളുടെ ശരീരത്തിലെ മൊത്തം രക്തത്തിന്റെ അളവനുസരിച്ചിരിക്കും അയാളുടെ രക്തമർദം. രക്തത്തിന്റെ അളവ് കൂടിയാൽ രക്തമർദവും കൂടും. പ്രായപൂർത്തിയായ ഒരാളുടെ ശരാശരി രക്തമർദം 120/80 ആണ്. രക്തമർദം "മില്ലീ മീറ്റർ ഓഫ് മെർക്കുറി" (mm/Hg) എന്ന യൂണിറ്റിലാണ് അളക്കുന്നത്. രക്തമർദം 120/80 എന്ന് പറഞ്ഞാൽ ഹൃദയത്തിന്റെ ഇടത് വെൻട്രിക്കിളിൽ നിന്നും അയോർട്ടയിലേക്ക് രക്തം പമ്പുചെയ്ത് വിടുമ്പോഴുണ്ടാകുന്ന രക്തമർദം 120 മില്ലീമീറ്റർ ഓഫ് മെർക്കുറി (120 mm/Hg) എന്നും തിരിച്ച് ശൂന്യമായ വെൻട്രിക്കിളിൽ രക്തം വന്ന് നിറയുമ്പോഴുണ്ടാകുന്ന മർദം 80 മില്ലീമീറ്റർ ഓഫ് മെർക്കുറി (80 mm/Hg) എന്നുമാണ്. ഇടതു വെൻട്രിക്കിളിൽനിന്നും രക്തം പമ്പുചെയ്തുവിടുമ്പോഴുണ്ടാകുന്ന രക്തമർദത്തിന് "സിസ്റ്റോളിക് രക്തമർദം" (Systolic Blood Pressure) എന്ന് പറയുന്നു. വെൻട്രിക്കിളിൽ രക്തം വന്ന് നിറയുമ്പോഴുണ്ടാകുന്ന മർദം "ഡയാസ്റ്റോളിക് രക്തമർദം" (Diastolic Blood Pressure) എന്നും അറിയപ്പെടുന്നു.

രക്തമർദം എങ്ങനെ അളക്കുന്നു.

രോഗിയുടെ രക്തമർദം അളക്കുന്നതിനുള്ള ഇന്നത്തെ രീതി രൂപപ്പെടുത്തിയത് എ ഡി 1905-ൽ "കൊറോട്ട്കോവ്" (Korotkov) എന്നൊരാളായിരുന്നു. കൈമുട്ടിന് മുകൾഭാഗത്തായി റബ്ബർബൾബിന്റെ മർദത്താൽ മുറുകുന്ന ഒരു കെട്ട്, മർദം അളക്കുന്ന "മാനോ മീറ്റർ" (Mano meter) എന്ന ഉപകരണവുമായി ബന്ധിച്ച് നിർമിക്കപ്പെട്ട "സ്പിഗ്മോ മാനോമീറ്റർ (Spygmomanometer)" എന്ന ഉപകരണം ഉപയോഗിച്ച് വളരെ എളുപ്പം രക്തമർദം അറിയാൻ കഴിയുന്നു.

രോഗിയുടെ കൈമുട്ടിന് മുകൾ ഭാഗത്തായി ബലമായി ചുറ്റിയ കെട്ടിൽ റബ്ബർ ബൾബിന്റെ സഹായത്താൽ മർദം ചെലുത്തി കൈയിലെ നാഡിമിടിപ്പ് നിറുത്തുന്നു. ഇതിനുശേഷം മർദം സാവധാനം കുറച്ച് കൊണ്ട്, കൈത്തണ്ടയിൽ "സ്റ്റെതസ്കോപ്പ്" (Stethoscope) വെച്ച് നാഡിമിടിപ്പ് പരിശോധിക്കുന്നു. ആദ്യമായി നാഡിമിടിപ്പ് കേൾക്കുന്ന സമയത്ത് മാനോമീറ്ററിൽ കാണിക്കുന്ന മർദമാണ് "സിസ്റ്റോളിക് രക്തമർദം". കുറേ കഴിഞ്ഞ് ഹൃദയത്തിൽ രക്തം വന്നു നിറയുമ്പോൾ ഈ നാഡിമിടിപ്പ് നിലയ്ക്കുന്നു. ഈ സമയത്ത് മാനോ മീറ്ററിൽ കാണിക്കുന്ന മർദമാണ് "ഡയാസ്റ്റോളിക് രക്തമർദം".

രക്താതിമർദം (Hypertension)

രക്തക്കുഴലിലെ രക്തമർദം സാധാരണയിൽ നിന്നും ഉയരുമ്പോഴാണ് "രക്താതിമർദം" അഥവാ "ഹൈപ്പർ ടെൻഷൻ" (Hyper tension) ഉണ്ടാകുന്നത്. സിസ്റ്റോളിക് രക്തമർദവും ഡയാസ്റ്റോളിക് രക്തമർദവും ഉയർന്ന് കാണപ്പെടുന്നതാണ് സർവസാധാരണമായി കണ്ടുവരുന്ന "രക്താതിമർദം". സിസ്റ്റോളിക് രക്തമർദം മാത്രം കൂടുന്ന അവസ്ഥയെ "സിസ്റ്റോളിക് രക്താതിമർദം" (Systolic Hypertension) എന്നു പറയുന്നു. പ്രായംചെന്നവരിലാണ് ഇത് സാധാരണയായി കാണപ്പെടുന്നത്. പ്രായാധിക്യം മൂലം രക്തധമനിയിലുള്ള പേശികൾ വേണ്ടത്ര വികസിക്കാൻ കഴിയാതെ മുറുക്കമുള്ളതായി തീരുന്നു. ഇത് സിസ്റ്റോളിക് രക്താതി മർദത്തിന് കാരണമാകുന്നു.

പുകവലി കാരണം രക്തമർദം വർധിക്കുവാനുള്ള സാധ്യതയുണ്ട്. രക്തക്കുഴലിനെ ചുരുക്കുന്ന "നിക്കോട്ടിൻ" (Nicotine) എന്ന വസ്തു പുകവലിക്കുന്നതിലൂടെ ശരീരത്തിലെത്തുന്നു. രക്തക്കുഴൽ ചുരുങ്ങുന്നത് മൂലം രക്തത്തിന് കടന്ന് പോകുവാൻ പ്രയാസം നേരിടുകയും, രക്തമർദ്ദം വർധിക്കുകയും ചെയ്യുന്നു. സ്ഥിരമായി രക്താതിമർദം അനുഭവപ്പെടുന്നുവെങ്കിൽ അത് മസ്തിഷ്കത്തെ ദോഷമായി ബാധിക്കുവാൻ സാധ്യതയുണ്ട്. ഹൃദയം, വൃക്ക എന്നീ അവയവങ്ങളുടെ പ്രവർത്തനവും രക്താതിമർദം കാരണം തകരാറിലാക്കപ്പെടുന്നു.

'പൾസ്' പരിശോധന

ആരോഗ്യമുള്ള ഒരാളുടെ ഹൃദയം മിനിട്ടിൽ 72 പ്രാവശ്യം മിടിക്കുന്നു. രക്തം കടന്നുപോകുന്നതിന് വേണ്ടി ഹൃദയവാൽവുകൾ അടയുകയും തുറക്കുകയും ചെയ്യുന്ന ശബ്ദമാണിത്. പരിശോധനാവേളയിൽ, ഡോക്ടർ രോഗിയുടെ കൈത്തണ്ടയിൽ പിടിച്ച് ആർട്ടറിയുടെ വികാസം നോക്കാറുണ്ട്. ഇതിന് "പൾസ്" (Pulse) അഥവാ "നാഡീ

സ്പന്ദനം" നോക്കുക എന്നാണ് പറയുന്നത്. പൾസിന്റെ നിരക്ക് അറിയുന്നതിന് "സ്റ്റെതസ്കോപ്പ്" (Stethoscope) എന്ന ഉപകരണമാണ് ഉപയോഗിക്കുന്നത്. നെഞ്ചിലോ, കൈത്തണ്ടയിലോ സ്റ്റെതസ്കോപ്പിന്റെ ഒരറ്റം അമർത്തിവെച്ചശേഷം മറ്റേ അറ്റത്തുള്ള രണ്ട് ശാഖകൾ ചെവിയിൽ വെച്ചാണ് ഡോക്ടർ രോഗിയുടെ ഹൃദയ സ്പന്ദനം അറിയുന്നത്.

ഹൃദ്രോഗം (Heart Disease)

ശരീരത്തിന്റ വിവിധ അവയവങ്ങൾക്കുണ്ടാകുന്നതുപോലെ ഹൃദയത്തിനും വിവിധ രോഗങ്ങൾ വരുന്നു. "ഹൃദ്രോഗം" എന്ന ഒറ്റപ്പേരിലാണ് ഹൃദയത്തിന്റെ എല്ലാ രോഗങ്ങളേയും സാധാരണ വിളിക്കാറുള്ളത്. പണ്ടൊക്കെ ഹൃദ്രോഗം എന്ന് കേട്ടാൽ എല്ലാവർക്കും വലിയ ഭയമായിരുന്നു. ഇന്ന് ഹൃദ്രോഗങ്ങൾ സർവസാധാരണമാണ്. ജീവിത കാലം മുഴുവൻ നിരന്തരം പ്രവർത്തിക്കേണ്ട ഹൃദയത്തിന് എന്തെങ്കിലും തകരാറ് സംഭവിച്ചാലുള്ള അവസ്ഥ ആർക്കും ചിന്തിക്കാവുന്നതാണ്.

നവീനമായ ചികിത്സാരീതികളും മരുന്നുകളുമൊക്കെ ലഭ്യമായ ഇന്ന് ഹൃദ്രോഗികൾക്ക് മെച്ചപ്പെട്ട ചികിത്സ രാജ്യത്തെവിടെയും കിട്ടുന്നു. എല്ലാ പ്രമുഖ ആശുപത്രികളിലും ഹൃദ്രോഗത്തിന് വേണ്ടി മാത്രം അത്യാധുനിക സജ്ജീകരണങ്ങളോട് കൂടിയ പ്രത്യേക വിഭാഗം പ്രവർത്തിക്കുന്നുണ്ട്.

അമിതമായ രക്തമർദം മൂലം ഹൃദയത്തിന് തകരാറ് സംഭവിക്കുന്നു. കൂടുതൽ കൊഴുപ്പു ചേർന്ന ആഹാരം തുടരെ കഴിക്കുന്നതുമൂലമോ, സ്ഥിരമായി പുകവലിക്കുന്നതുമൂലമോ, അമിതമായ ഉപ്പിന്റെ ഉപയോഗം കൊണ്ടോ ഹൃദയത്തിന് രോഗങ്ങൾ ഉണ്ടാകുന്നു. ജന്മനാ ഹൃദയത്തിനുണ്ടാകുന്ന തകരാറുകൾ കൊണ്ടും ഹൃദ്രോഗം ഉണ്ടാകുന്നു. ഹൃദയത്തിലുള്ള നാല് വാൽവുകളും ക്രമമായി പ്രവർത്തിച്ചെങ്കിൽ മാത്രമേ ഹൃദയത്തിന്റെ പ്രവർത്തനം സുഗമമായി നടക്കുകയുള്ളൂ.

ഹൃദയവാൽവിന്റെ തകരാറുകൾ

രണ്ട് തരത്തിലുള്ള തകരാറുകളാണ് ഹൃദയ വാൽവുകൾക്ക് പ്രധാനമായുണ്ടാകുന്നത്. ഒന്ന്. വാൽവിന്റെ ദ്വാരം ചുരുങ്ങുന്നു. ഇതിനെ "സ്റ്റെനോസിസ്" (Stenosis) എന്നാണ് വിളിക്കുന്നത്. രണ്ട്. വാൽവ് പൂർണമായും അടയുവാൻ മടിക്കുന്നു. ഇതിന് "വാൽവ്യൂലാർ ഇൻസഫിഷൻസി" (Valvular Insufficiency) എന്നാണ് പറയുന്നത്. ഏതെങ്കിലും വാൽവിന് തകരാറ് സംഭവിച്ചാൽ "ഹൃദയാഘാതം" (Heart Attack) ഉണ്ടാകുവാനുള്ള സാധ്യതയുണ്ട്. വാൽവിനുണ്ടാകുന്ന പരിഹരിക്കാൻ പറ്റാത്ത തകരാറുകൾക്ക് "വാൽവ് മാറ്റിവയ്ക്കൽ" ശസ്ത്രക്രിയ നടത്തുന്നുണ്ട്. ഇന്ത്യയിലെ പ്രമുഖ ആശുപത്രികളിൽ "വാൽവ് മാറ്റിവയ്ക്കൽ" ശസ്ത്രക്രിയകൾ ധാരാളം നടക്കുന്നുണ്ട്.

വിദേശ നിർമ്മിതമായ കൃത്രിമഹൃദയവാൽവുകളായിരുന്നു മുമ്പ് "വാൽവ് മാറ്റിവയ്ക്കൽ" ശസ്ത്രക്രിയക്ക് ഉപയോഗിച്ച് കൊണ്ടിരുന്നത്. എന്നാൽ ഇന്ത്യൻ നിർമിതമായ കൃത്രിമവാൽവുകൾ വന്നതോടു കൂടി അവ ധാരാളമായി വാൽവ് മാറ്റിവയ്ക്കൽ ശസ്ത്രക്രിയകൾക്ക് ഉപയോഗിച്ച് തുടങ്ങി. തിരുവനന്തപുരത്തുള്ള ദേശീയ പ്രാധാന്യമുള്ള സ്ഥാപനമായ ശ്രീചിത്തിര തിരുനാൾ ഇൻസ്റ്റിറ്റ്യൂട്ട് ഫോർ മെഡിക്കൽ സയൻസ് ആന്റ് ടെക്നോളജിയാണ് ഇന്ത്യയിലാദ്യമായി കൃത്രിമ ഹൃദയ വാൽവുകൾ വികസിപ്പിച്ചെടുത്തത്. വിദേശ നിർമിത ഹൃദയ വാൽവുകളേക്കാൾ വിലക്കുറവും ഉന്നത ഗുണനിലവാരമുള്ള ഇന്ത്യൻ ഹൃദയവാൽവുകൾ ഇപ്പോൾ വിദേശത്തേക്ക് കയറ്റുമതി ചെയ്യുന്നുമുണ്ട്.

ഇലക്ട്രോ കാർഡിയോഗ്രാം (Electro Cardiogram)

വിൽഹേം ഐൻതോവൻ

ഹൃദ്രോഗമുണ്ടെന്ന് സംശയിച്ചാൽ ഡോക്ടർ ആദ്യമായി ചെയ്യുന്നത് രോഗിയുടെ "ഇലക്ട്രോ കാർഡിയോ ഗ്രാം'' (Electro Cardiogram) എടുക്കുകയാണ്. "ഇലക്ട്രോ കാർഡിയോഗ്രാം" (Electro Cardiogram) എന്ന ഇംഗ്ലീഷ് പേരിലെ മൂന്നക്ഷരങ്ങൾ ചേർത്ത് ഇസിജി (ECG) എന്ന ചുരുക്കപ്പേരിലാണ് ഇത് അറിയപ്പെടുന്നത്. ഇന്ന് സർവസാധാരണമായ ഇ സി ജി. വിൽഹേം ഐൻതോവൻ (Wilhem Einthoven)എന്ന ഡച്ച് ശാസ്ത്രജ്ഞനാണ് ആദ്യമായി വികസിപ്പിച്ചെടുത്തത്. ഹൃദയമിടിക്കുമ്പോൾ, ഹൃദയത്തിനുണ്ടാകുന്ന വൈദ്യുതിയുടെ വ്യത്യാസം അളക്കുകയാണ് ഈ പരിശോധനയിലൂടെ ചെയ്യുന്നത്. ഇസിജി എടുക്കുന്ന ഉപകരണത്തിന്നുള്ള ലീഡ് വയറുകൾ നെഞ്ചിന്റെ വിവിധ ഭാഗങ്ങളിലായി ചേർത്ത് ഘടിപ്പിക്കുന്നു. ഹൃദയ മിടിപ്പിന്റെ സ്വഭാവം പരിശോധനയിൽ ലഭിക്കുന്ന ഗ്രാഫിൽ നിന്ന് മനസ്സിലാക്കാം. ഹൃദ്രോഗ വിദഗ്ധനായ ഒരു ഡോക്ടർക്ക് ഈ ഗ്രാഫിൽ നിന്നും ഹൃദയപേശിയുടെ ഏതു ഭാഗമാണ് നിർജീവമാകുന്നത് എന്ന് കണ്ടുപിടിക്കാൻ കഴിയും. ആവശ്യത്തിന് രക്തം ലഭിക്കാതെ വരുമ്പോൾ ഹൃദയകോശങ്ങൾ നശിക്കുകയും കോശങ്ങളിലുള്ള പല രാസവസ്തുക്കൾ രക്തത്തിൽ കലരുകയും ചെയ്യുന്നു.രക്തപരിശോധനയിലൂടെ ഈ രാസവസ്തുക്കളുടെ അളവ് മനസിലാക്കാൻ കഴിയും.

ബലൂൺ ആൻജിയോപ്ലാസ്റ്റി (Balloon Angioplasty)

കൊഴുപ്പ് അടിഞ്ഞുകൂടി ഹൃദയധമനികളുടെ ഉൾവ്യാസം കുറയുകയും, വ്യാസം കുറഞ്ഞഭാഗത്ത് രക്തം കട്ടപിടിച്ച്, ധമനി പൂർണമായി അടഞ്ഞുപോകുകയും ചെയ്യാറുണ്ട്. ഹൃദയാഘാതത്തിനുള്ള ഒരു മുഖ്യകാരണമിതാണ്. ധമനിക്കുള്ളിൽ കട്ടപിടിക്കുന്ന രക്തം നീക്കംചെയ്ത് രക്തപ്രവാഹം പൂർവസ്ഥിതിയിലാക്കുന്നതിനാണ് ''ബലൂൺ ആൻജിയോപ്ലാസ്റ്റി" (Balloon Angioplasty) ഉപയോഗപ്പെടുത്തുന്നത്. 1977ലാണ് ബലൂൺ ആൻജിയോപ്ലാസ്റ്റി ആദ്യമായി പ്രയോഗത്തിൽ വന്നത്.

ബലൂൺ ആൻജിയോപ്ലാസ്റ്റി ചെയ്യുന്നവിധം

തടസമുള്ള രക്തക്കുഴലിലൂടെ ചെറിയൊരു ഗൈഡ്‌വയറിനൊപ്പം ബലൂൺ കത്തീറ്റർ (Balloon Catheter) കടത്തി വിടുന്നു. കത്തീറ്ററിന്റെ അറ്റത്ത് വികസിപ്പിക്കാവുന്ന ഒരു ബലൂൺ ഘടിപ്പിച്ചിരിക്കും. രക്തധമനിയിൽ തടസമുള്ള ഭാഗത്ത് ബലൂൺ എത്തിച്ചശേഷം പുറമേ നിന്നും വികസിപ്പിക്കുന്നു. ബലൂൺ വികസിപ്പിക്കുമ്പോഴുണ്ടാകുന്ന മർദം കാരണം രക്തം കട്ടപിടിച്ചിരിക്കുന്ന ഭാഗം ഇളകിനീങ്ങുന്നു. ബലൂൺ മാറ്റുമ്പോൾ രക്തപ്രവാഹം ഏതാണ്ട് സാധാരണ നിലയിൽ പുനഃസ്ഥാപിക്കാൻ കഴിയുന്നു. ഇതാണ് "ആൻജിയോപ്ലാസ്റ്റി" എന്ന രക്തധമനി ചികിത്സ. വികസിച്ച രക്തക്കുഴൽ വീണ്ടും അടഞ്ഞു പോകാതിരിക്കാനായി ഒരു സ്റ്റീൽ ചുരുൾ കൂടി രക്തക്കുഴലിനുള്ളിൽ സ്ഥാപിക്കുന്നു. ഇതിന് "സ്റ്റെന്റ്" (Stent) എന്നാണ് പറയുന്നത്.

8

ശ്വാസോച്ഛ്വാസം

ശ്വാസോച്ഛ്വാസം നടക്കുമ്പോൾ ഓക്സിജൻ സ്വീകരിക്കുകയും കാർബൺ-ഡൈ-ഓക്സൈഡ് പുറത്ത് വിടുകയുമാണ് ചെയ്യുന്നത്. മസ്തിഷ്കത്തിന് താഴെയുള്ള "ശ്വാസോച്ഛ്വാസകേന്ദ്ര"മാണ് ശ്വാസോച്ഛ്വാസത്തെ നിയന്ത്രിക്കുന്നത്. രക്തത്തിൽ നിശ്ചിത അനുപാതത്തിൽ കൂടുതൽ കാർബൺ-ഡൈ-ഓക്സൈഡ് ഉണ്ടാകുന്ന അവസരത്തിൽ ശ്വസനത്തെ സഹായിക്കുന്ന പേശികൾക്ക് തല ച്ചോറിലുള്ള ശ്വാസോച്ഛ്വാസകേന്ദ്രം പ്രവർത്തിക്കാനുള്ള ഉത്തേജനം നൽകുന്നു. തന്മൂലം ഈ പേശികളുടെ പ്രവർത്തനം ഊർജിതപ്പെടുന്നു. ശ്വാസോച്ഛ്വാസം നടക്കുമ്പോൾ ഓക്സിജൻ കൂടുതലായി രക്തത്തിലെത്തുകയും കാർബൺ-ഡൈ-ഓക്സൈഡ് പുറത്തു പോവുകയും ചെയ്യുന്നു.

കൂടുതലായി അധ്വാനിക്കുമ്പോൾ ആഹാരപദാർഥങ്ങളുടെ ദഹനം പെട്ടെന്ന് നടക്കുന്നതിന്റെ ഫലമായി കോശങ്ങളിൽ കൂടുതൽ കാർബൺ-ഡൈ-ഓക്സൈഡ് ഉണ്ടാകുന്നു.ഈ കാർബൺ-ഡൈ-ഓക്സൈഡിനെ പുറത്ത് കളയുന്നതിനു വേണ്ടി ശ്വാസോച്ഛ്വാസം വേഗത്തിലാവുന്നു. ഓടുമ്പോഴും ജോലി ചെയ്യുമ്പോഴുമൊക്കെ നാം അണയ്ക്കാറുണ്ട്. വാതിലുകളും ജനാലകളും അടച്ച് ദീർഘനേരം ഒരു മുറിയിലിരുന്നാൽ രക്തത്തിൽ കാർബൺ-ഡൈ-ഓക്സൈഡ് തങ്ങി നിൽക്കുന്നതിന് കാരണമാകുന്നു. ക്ഷീണം വരുമ്പോൾ ആളുകൾ ദീർഘശ്വാസം വലിക്കുകയും കോട്ടുവായിടുകയും ഒക്കെ ചെയ്യാറുണ്ടല്ലോ. രക്തത്തിൽ കാർബൺ-ഡൈ-ഓക്സൈഡിന്റെ അളവ് കൂടുമ്പോഴാണിങ്ങനെ ചെയ്യുന്നത്. ഓക്സിജൻ കൂടുതലായി അടങ്ങിയിരിക്കുന്ന ശുദ്ധവായു എപ്പോഴും ശരീരത്തിനാവശ്യമാണെന്നറിയുക.

9

കരൾ (Liver)

അനേകം കോശങ്ങൾ ചേർന്ന ഒരു കോശസമുച്ചയമാണ് കരൾ. നെഞ്ചിന്റെ വലത്തുഭാഗത്തായി സ്ഥിതി ചെയ്യുന്ന കരളിന് ഇടതും വലതുമായി രണ്ട് ഭാഗങ്ങളുണ്ട്. മനുഷ്യശരീരത്തിലെ ഏറ്റവും വലിയ അവയവമായ കരൾ രക്തത്തിന്റെ രചനയിൽ പ്രധാന പങ്കുവഹിക്കുന്നു. ശരാശരി ഒന്നര കിലോഗ്രാം തൂക്കംവരെ കരളിനുണ്ടാകും. രക്തത്തിലുള്ള വിവിധ പദാർഥങ്ങളുടെ അളവ് നിയന്ത്രിക്കുന്നതിൽ കരൾ സുപ്രധാനമായ പങ്കാണ് വഹിക്കുന്നത്. രക്തത്തിന്റെ അളവ് ക്രമീകരിക്കുന്നതും കരൾ തന്നെ.

ശരീരത്തിനാവശ്യമായ വിവിധ പദാർഥങ്ങൾ നിർമിക്കുക, രൂപാന്തരപ്പെടുത്തുക, സംഭരിക്കുക തുടങ്ങി നിരവധി പ്രവർത്തനങ്ങൾ നിർവഹിക്കുന്ന കരളിനെ ഒരു രാസവസ്തുനിർമാണ ശാലയോട് വേണമെങ്കിൽ ഉപമിക്കാം. ചെറുകുടലിന്റെ ഭിത്തിയിൽ കൂടി ആഗിരണം ചെയ്യപ്പെടുന്ന പോഷകപദാർഥങ്ങളെ കരൾ വിവിധ പദാർഥങ്ങളായി രൂപാന്തരപ്പെടുത്തിയതിന് ശേഷമാണ് ശരീരത്തിലെ കോശങ്ങൾക്ക് നൽകുന്നത്.

രക്തത്തിലെ പഞ്ചസാരയുടെ അളവ് സ്ഥിരമാക്കി നിറുത്തുന്നതിൽ കരൾ പ്രധാന പങ്കുവഹിക്കുന്നു. പഞ്ചസാര, "ഗ്ലൈക്കൊജൻ" (Glycogen) എന്ന പദാർഥമാക്കി രൂപാന്തരപ്പെടുത്തിയാണ് കരളിൽ സംഭരിക്കുന്നത്. സംഭരിക്കുന്ന പഞ്ചസാരയുടെ അളവ് കൂടുതലാവുമ്പോൾ പഞ്ചസാരയെ കൊഴുപ്പാക്കി മാറ്റുന്നു. ആൽബുമിൻ ഉൾപ്പെടെ, രക്തത്തിലെ പ്ലാസ്മ യിലുള്ള പ്രോട്ടീനുകളെ നിർമിക്കുന്നതും കരൾ എന്ന അവയവമാണ്. കരൾ ഇവ നിർമിച്ചതിന് ശേഷം രക്തത്തിലേക്ക് വിടുന്നു.

പിത്തരസ (Bile)ത്തിന്റെ ഉൽപ്പാദനം കരളിന്റെ മറ്റൊരു ധർമമാണ്.

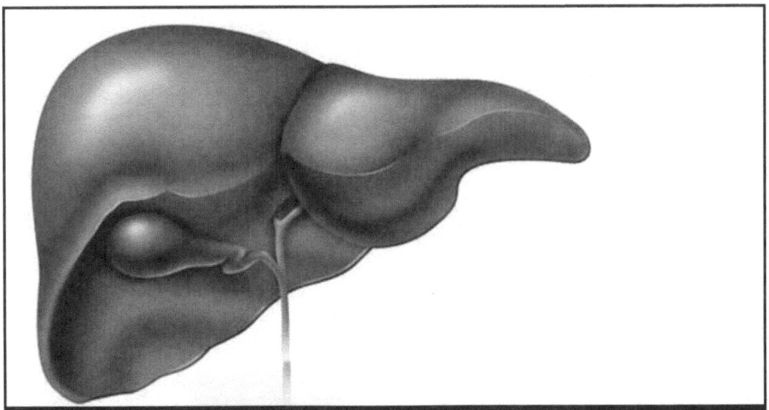
കരൾ

കരൾ നിർമിക്കുന്ന പിത്തരസം, പിത്താശയ (Gall Bladder) ത്തിലാണ് ശേഖരിക്കുന്നത്. രക്തത്തിലെ ആൽക്കഹോൾ (Alcohol), കഫീൻ (Caffeine) നിക്കോട്ടിൻ (Nicotine) തുടങ്ങിയ വസ്തുക്കളെ നീക്കം ചെയ്യുന്നതും കരൾ തന്നെ. കരൾ ഈ പദാർഥങ്ങളെ രൂപാന്തരപ്പെടുത്തി പിത്തരസത്തിൽ കൂടിയോ, മൂത്രത്തിൽ കൂടിയോ പുറത്ത് വിടുന്നു. "കരോട്ടിൻ" (Carotene) എന്ന പദാർഥത്തിൽ നിന്നും "വിറ്റാമിൻ-എ" ഉണ്ടാക്കാൻ കരളിന് കഴിയും. ജീവകം - എ, ജീവകം - ഡി, ജീവകം - കെ തുടങ്ങിയ വിറ്റാമിനുകളും, ഇരുമ്പ്, സിങ്ക് മുതലായ ധാതുക്കളും കരളിൽ സംഭരിക്കുന്നു. ജീവകം-എ, ജീവകം-സി, ജീവകം-കെ എന്നിവ കൊഴുപ്പിൽ ലയിക്കുന്നവയാണ്. കരളിന്റെ പ്രവർത്തനക്ഷമത മനസിലാക്കുന്നതിന് കരൾ പ്രവർത്തന പരിശോധന നടത്താറുണ്ട്. ഒരു ഫാക്ടറിയിലെ വിവിധ വിഭാഗങ്ങൾക്ക് ജോലി പലതായിരിക്കുന്നതു പോലെ ശരീരത്തിലെ ഓരോ അവയവങ്ങൾക്കും വിവിധ ജോലികൾ നൽകപ്പെട്ടിരിക്കുന്നു. എത്ര കൃത്യമായും ഭംഗിയായും ആണ് ശരീരത്തിലെ വിവിധ അവയവങ്ങൾ അവയുടെ ജോലികൾ നിർവ്വഹിക്കുന്നത്.

10

വൃക്ക (Kidney)

രക്തത്തിലുള്ള മലിനവസ്തുക്കളെ നീക്കം ചെയ്യുന്ന അവയവമാണ് "വൃക്ക" അഥവാ "കിഡ്നി" (Kidney). പറങ്കിയണ്ടിയുടെ ആകൃതിയിലുള്ള വൃക്കയ്ക്ക് രണ്ട് ഭാഗങ്ങളുണ്ട്. ഇവ നട്ടെല്ലിന്റെ ഇരുഭാഗത്തുമായി കാണപ്പെടുന്നു. വൃക്കയുടെ ഓരോ ഭാഗത്തിനും ഏകദേശം 12 സെന്റിമീറ്റർ നീളവും, 7 സെന്റിമീറ്റർ വീതിയും, 3 സെന്റിമീറ്റർ കനവും ഉണ്ടായിരിക്കും. രക്തത്തിലെ ശോണാണുക്കളുടെ ഉൽപ്പാദനത്തെ വൃക്ക സ്വാധീനിക്കുന്നു. വൃക്ക പുറപ്പെടുവിക്കുന്ന "എറിത്രോപൊയറ്റിൻ" (Erythropoietin) എന്ന എൻസൈം ചുവന്ന രക്താണുക്കളുടെ ഉൽപ്പാദനത്തെ ത്വരിതപ്പെടുത്തുമെന്ന് നേരത്തെ പറഞ്ഞുവല്ലോ. വൃക്കയ്ക്കുള്ളിൽവെച്ച് രക്തത്തിലെ മലിന പദാർഥങ്ങൾ വേർതിരിച്ച് മൂത്രമായി പുറത്തുവിടുന്നു.

ഓരോ വൃക്കയിലും മലിനപദാർഥങ്ങൾ വേർതിരിക്കുവാൻ കഴിയുന്ന ഏകദേശം കുറഞ്ഞത് പത്തു ലക്ഷമെങ്കിലും സൂക്ഷ്മവിഭാഗങ്ങൾ ഉണ്ടെന്ന് കേൾക്കുമ്പോൾ വിശ്വസിക്കുവാൻ കഴിയുമോ? ഇവയെ "നെഫ്റോണുകൾ" എന്നാണ് വിളിക്കുന്നത്. രക്തം നെഫ്റോണുകളുടെ ഉള്ളിലേയ്ക്ക് കയറുന്നു. ഒരുതരം അരിക്കൽ ആണ് ഇവിടെ നടക്കുന്നത്. വൃക്കയിലെ നെഫ്റോണുകൾ അരിപ്പപോലെ പ്രവർത്തിക്കുന്നു. നെഫ്റോണുകൾക്കുള്ളിലുള്ള "ഗ്ലോമറൂലാർ കാപ്സ്യൂളി"ന്റെ (Glo-merular Capsule) ചർമത്തിലെ ചെറിയ സുഷിരങ്ങളിൽ കൂടിയാണ് "അരിക്കൽ" നടക്കുന്നത്. രക്തത്തിലെ കോശങ്ങളും വലിയ തന്മാത്രകളും അരിക്കൽ പ്രക്രിയയിൽ മാറ്റപ്പെടുന്നു.

വൃക്കയുടെ ഉള്ളിൽക്കൂടി കടന്നുപോകുന്ന രക്തത്തിന്റെ അളവ് വ്യത്യാസപ്പെടുന്നതിനനുസരിച്ച് വേർതിരിക്കപ്പെടുന്ന മൂത്രത്തിന്റെ

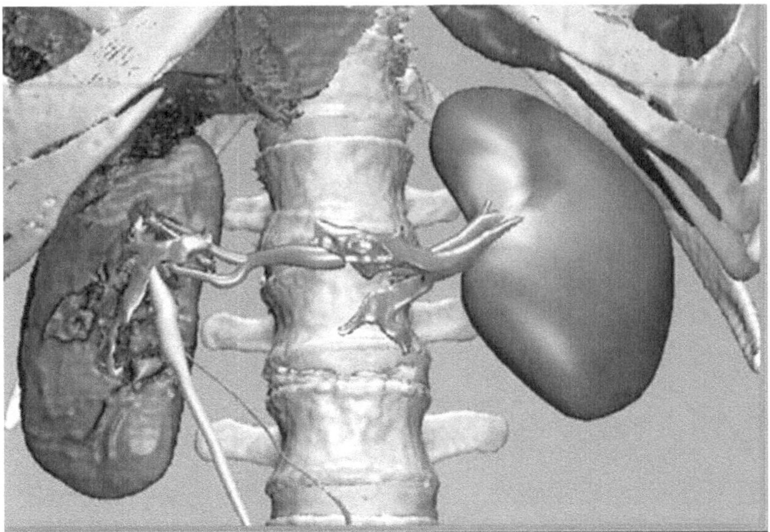

വൃക്ക

അളവും വ്യത്യാസപ്പെടുന്നു. ആഹാരത്തിൽ നിന്നും ജലവും ലവണങ്ങളും ആഗിരണം ചെയ്യുന്നതിനനുസരിച്ചാണ് രക്തത്തിന്റെ രചന (Composition) നിർവഹിക്കപ്പെടുന്നത്. വെള്ളത്തിന്റേയും ലവണങ്ങളുടേയും രക്തത്തിലെ അളവ് നിയന്ത്രിക്കുന്നത് വൃക്കയായതിനാൽ രക്തമർദം നിയന്ത്രിക്കുന്നതിലും വൃക്ക ഒരു പ്രധാന പങ്കുവഹിക്കുന്നു.

അസുഖം മൂലമോ, മറ്റ് തകരാറുകൾ കൊണ്ടോ, വൃക്കപ്രവർത്തന രഹിതമായാൽ ശസ്ത്രക്രിയയിലൂടെ വൃക്കമാറ്റിവയ്ക്കാൻ കഴിയും. കേടുവന്ന വൃക്കയ്ക്ക് പകരം ജീവിച്ചിരിക്കുന്ന ബന്ധുവിന്റേയോ, നിയമപ്രകാരം, മരിച്ച ദായകന്റേയോ അനുയോജ്യമായ വൃക്ക ശസ്ത്രക്രിയയിലൂടെ രോഗിയിൽ വച്ച് പിടിപ്പിക്കാവുന്നതാണ്.

11

ചെറുകുടൽ (Small Intestine)

ചെറുകുടലിന് ഏകദേശം 22 അടി മുതൽ 25 അടിവരെ നീള മുണ്ടായിരിക്കും. അതായത് 6.7 മീറ്റർ മുതൽ 7.6 മീറ്റർ വരെ നീളം. ഒരു സാധാരണ പെൻസിലിന്റെ നീളം ഏകദേശം അര അടി മാത്രമേ കാണുകയുള്ളു. ഇതിൽ നിന്നും ചെറുകുടലിന്റെ നീളത്തെപ്പറ്റിയുള്ള ഒരു ഏകദേശരൂപം കിട്ടിയിരിക്കുമല്ലോ. നീളം കൂടുതലാണെങ്കിലും ചെറുകുടലിന് ഒന്നരയിഞ്ച് കനം മാത്രമേ കാണുകയുള്ളൂ. അതിനാലാണ് ചെറുകുടൽ എന്ന പേര് വന്നത്. നീണ്ടതും വണ്ണം കുറഞ്ഞതും, ചുരുണ്ട് മടങ്ങിക്കിടക്കുന്നതുമായ ചെറുകുടലിലാണ് ദഹനത്തിന്റെ ഏറിയ പങ്കും നടക്കുന്നതും.

നാം കഴിക്കുന്ന ആഹാരം വായിൽ നിന്നും അന്നപഥത്തിൽ കൂടി ആമാശയത്തിലെത്തുന്നു. ആമാശയത്തിൽ നിന്നും പകുതി ദഹിച്ച ആഹാരം ചെറുകുടലിലേക്ക് പോകുന്നു. കരളിൽ നിന്നുള്ള പിത്തരസവും (Bile) ആഗ്നേയഗ്രന്ഥി (Pancreas Gland) ഉൽപ്പാദിപ്പിക്കുന്ന ഇൻസുലിനും (Insulin) ചെറുകുടലിൽ എത്തിച്ചേരുന്നു. ചെറുകുടലും ദഹനരസങ്ങൾ പുറപ്പെടുവിക്കുന്നു. ഇവയുടെയെല്ലാം പ്രവർത്തനഫലമായി ആഹാരപദാർഥങ്ങൾ പൂർണമായി ദഹിക്കുന്നു. ചെറുകുടലിന്റെ ഭിത്തിയിൽ കൂടി പോഷകങ്ങൾ രക്തത്തിലേക്ക് വലിച്ചെടുത്തതിന് ശേഷം അവശേഷിക്കുന്ന പദാർഥങ്ങൾ വൻകുടലിലേക്ക് പോകുന്നു. വൻകുടലിലെത്തുന്ന അവശിഷ്ടങ്ങളിൽ നിന്ന് വെള്ളം ആഗിരണം ചെയ്തശേഷം മലാശയത്തിൽ ശേഖരിക്കുകയും വിസർജന വസ്തുവായി പുറത്ത് പോവുകയും ചെയ്യുന്നു.

12

പ്രതിരോധ കുത്തിവയ്പ്പ്

രോഗം വരാതെയിരിക്കുന്നതിന് "പ്രതിരോധകുത്തിവയ്പ്പ്" അഥവാ "വാക്സിനേഷൻ" (Vaccination) നടത്തുന്നത് ഇന്ന് സർവ്വസാധാരണമാണ്. കുട്ടി ജനിച്ച് മാസങ്ങൾക്കുള്ളിൽ നിരവധി വാക്സിനുകൾ കുട്ടിക്ക് നൽകുന്നു. ഗവൺമെന്റ് നിയോഗിക്കുന്ന ആരോഗ്യവകുപ്പിലെ ഉദ്യോഗസ്ഥർ പണ്ട് സ്കൂളുകളിലും വീടുകളിലുമെത്തി വാക്സിനേഷൻ നൽകുന്ന ഏർപ്പാടുണ്ടായിരുന്നു. വസൂരിക്ക് പ്രതിരോധകുത്തിവയ്പ്പ് നൽകുക എന്നുപറഞ്ഞാൽ വസൂരിരോഗം വരുത്തുന്ന മരിച്ച അണുക്കളെ ശേഖരിച്ച് ശരീരത്തിൽ കുത്തിവയ്ക്കുകയാണ്. മരിച്ച രോഗാണുവാണെങ്കിലും ഇവയ്ക്ക് രക്തത്തിൽ രോഗത്തിനെതിരെ പ്രതിവസ്തുക്കൾ സൃഷ്ടിക്കാനുള്ള കഴിവുണ്ട്. രോഗം വരുന്നതിന് മുമ്പുതന്നെ രോഗത്തിനെതിരെ ആന്റി ബോഡികൾ രക്തത്തിൽ സൃഷ്ടിക്കപ്പെടുന്നു.

"പോളിയോ" (Polio), "ടൈഫോയ്ഡ്" (Typhoid), "കോളറ" (Cholera), "ഡിഫ്ത്തീരിയ"(Diphtheria), "ഹെപ്പറ്റൈറ്റിസ്-ബി" (Heapatitis-B) തുടങ്ങി നിരവധി രോഗങ്ങൾക്ക് ഇന്ന് പ്രതിരോധ കുത്തിവയ്പ്പ് നൽകി വരുന്നു. രോഗം വരാതെയിരിക്കുന്നതിന്, പ്രതിരോധ കുത്തിവയ്പ്പ് നൽകി രോഗപ്രതിരോധശേഷി ഉണ്ടാക്കാമെന്നുള്ള കണ്ടുപിടിത്തത്തിന്റെ സൂത്രധാരൻ എഡ്വേർഡ് ജന്നർ എന്ന ഡോക്ടറായിരുന്നു. 1749 മെയ് 17-ാം തീയതി ഇംഗ്ലണ്ടിലെ ഗ്ലസ്റ്റർഷയറിൽ ജനിച്ച ജന്നർ വൈദ്യശാസ്ത്രഗവേഷണങ്ങളിൽ അതീവതൽപ്പരനായിരുന്നു. ഗോവസൂരി പിടിപെട്ടവർക്ക് വസൂരി ബാധിക്കുന്നില്ലെന്ന് ജന്നർ മനസിലാക്കി. വൈദ്യശാസ്ത്രരംഗത്തെ അതിമഹത്തായ ഒരു കണ്ടുപിടിത്തമായി ഇതിനെ വിശേഷിപ്പിക്കാം.

13

സെപ്സിസ് (Sepsis)

വീടിനടുത്തുള്ള മൈതാനത്ത് ഫുട്ബോൾ കളിക്കുമ്പോഴാണ് അച്ചു മറിഞ്ഞുവീണ് കാലിൽ മുറിവ് പറ്റിയത്. അച്ഛനമ്മമാർ അച്ചുവിനെ പലവട്ടം ഉപദേശിച്ചു. "മോനേ, മുറിവ് മരുന്ന് വെച്ച് കെട്ടി സൂക്ഷിക്കണേ, അല്ലെങ്കിൽ സെപ്റ്റിക് ആകുമേ".... കൂട്ടുകാർ നിർബന്ധിച്ചിട്ടും അച്ചു ആശുപത്രിയിൽ പോകാൻ കൂട്ടാക്കിയില്ല. മുറിവ് താനെയങ്ങ് ഉണങ്ങിക്കൊള്ളും എന്നായിരുന്നു അച്ചു കരുതിയത്. മരുന്ന് വയ്ക്കാതിരുന്നതു മൂലം മുറിവിൽ അണുജീവികൾ കയറിക്കൂടി. രണ്ട് ദിവസം കഴിഞ്ഞപ്പോഴേക്കും മുറിവ് പഴുത്ത് കാലിൽ നീരും വേദനയുമായി. രക്തത്തിലോ, മുറിവിലോ അണുജീവികളുടെയോ, വിഷവസ്തുവിന്റെയോ സാന്നിധ്യമുണ്ടായാൽ അതിന് "സെപ്സിസ്" (Sepsis) എന്നാണ് പറയുന്നത്.

മുറിവ് സെപ്റ്റിക് ആകുക എന്നത് നാട്ടുമ്പുറത്തുള്ളവർക്ക് പോലും പരിചിതമായ കാര്യമാണ്. തുരുമ്പുസാധനങ്ങൾകൊണ്ട് മുറിവുണ്ടായാൽ വളരെയധികം ശ്രദ്ധിക്കേണ്ടിയിരിക്കുന്നു. ഒരിക്കൽ ഒരു സ്കൂൾ വിദ്യാർഥിയോട് അവന്റെ സഹപാഠി കാലിലെ മുറിവിൽ ചാണകം തേച്ചാൽ മുറിവുണങ്ങുമെന്ന് പറഞ്ഞു. ഇതു കേട്ട വിദ്യാർഥി തന്റ കാലിലെ മുറിവിൽ കുറച്ച് ചാണകമെടുത്ത് പുരട്ടിയശേഷം കെട്ടിവച്ചു. ചാണകത്തിലൂടെയെത്തിയ അണുജീവികളും വിഷവസ്തുക്കളും കാരണം മുറിവ് സെപ്റ്റിക് ആയി. ആഴ്ചകളോളം നീണ്ടുനിന്ന ചികിത്സയ്ക്ക് ശേഷമാണ് കുട്ടിയുടെ അസുഖം ഭേദമായത്.

ശരീരത്തിൽ ഒരു മുറിവുണ്ടായാൽ, മുറിവിൽ നിന്നും കൂടുതൽ രക്തം ഒഴുകിപ്പോകാതിരിക്കാൻ ശ്രദ്ധിക്കണം. അമിതമായ രക്തസ്രാവം ക്ഷീണത്തെയായിരിക്കും പ്രദാനം ചെയ്യുന്നത്. ചെറിയ മുറിവാണെങ്കിൽ,

മുറിഞ്ഞ ഭാഗം കുറേനേരം അമർത്തിപ്പിടിച്ചാൽ രക്തവാർച്ച നിൽക്കും. രക്തവാർച്ച നിന്നതിന് ശേഷം മുറിവ് വൃത്തിയാക്കി മരുന്നുവെച്ച് കെട്ടി സൂക്ഷിക്കേണ്ടതാണ്. പാമ്പു കടിയേറ്റാൽ വിഷം രക്തത്തിൽക്കൂടി ശരീരത്തിലെത്തുന്നു. കടിയേറ്റ ഭാഗത്ത് മുറിവുണ്ടാക്കി രക്തമൊഴുകാൻ അനുവദിക്കുന്നത് ശാസ്ത്രീയമായ ഒരു രീതിയല്ല. എന്താണ് കാരണമെന്നറിയേണ്ടേ?. മുറിവിൽ അണുബാധയുണ്ടാവാൻ ഇത് കാരണമാകുന്നു. പാമ്പ് കടിയേറ്റഭാഗത്ത് നിന്നും രക്തം വലിച്ചെടുക്കുന്നതും നല്ല രീതിയല്ല. മുറിവിൽ നിന്നും രക്തപ്രവാഹം വർധിക്കാനുള്ള സാധ്യത ഇത് മൂലമുണ്ടാകുന്നു.

അണലി വിഷം രക്തം കട്ടപിടിക്കാൻ സഹായിക്കുന്ന രക്തത്തിലെ ഘടകങ്ങൾക്കെതിരെയാണ് പ്രവർത്തിക്കുന്നത്. അണലി കടിച്ചാൽ മുറിവിൽ നിന്നും രക്തം ഒഴുകിക്കൊണ്ടേയിരിക്കും. പാമ്പുകടിയേറ്റ് ആശുപത്രിയിലെത്തിയാൽ രോഗിയുടെ രക്തമെടുത്തശേഷം "ബ്ലീഡിംഗ് ടൈം" (Bleeding Time), "ക്ലോട്ടിംഗ് ടൈം" (Clotting Time) തുടങ്ങിയ പരിശോധനകൾ നടത്തുന്നു. സ്വതവേ രക്തം കട്ടിയാകുന്നതിന് എടുക്കുന്ന സമയത്തിന് വ്യത്യാസം വരുന്നുണ്ടോ എന്നറിയുന്നതിനാണത്രേ ഈ പരിശോധനകൾ നടത്തുന്നത്.

14

പിതൃത്വ നിർണയത്തിനും കുറ്റാന്വേഷണത്തിനും രക്തത്തിന്റെ ഉപയോഗം

"ഡി എൻ എ ഫിംഗർ പ്രിന്റിങ്" (DNA Finger Printing) എന്ന സാങ്കേതികവിദ്യയിലൂടെ കുറ്റാന്വേഷണത്തിനും പിതൃത്വ നിർണയത്തിനും രക്തം ഉപയോഗപ്പെടുത്തുന്നു. രക്തമോ മറ്റ് ശരീരകോശങ്ങളോ ഇതിനു വേണ്ടി ഉപയോഗിക്കാം. "ജീവന്റെ ചുരുളുകൾ" (Coils of life) എന്ന് വിശേഷിപ്പിക്കുന്ന "ഡിഓക്സി റൈബോ ന്യൂക്ലിക് ആസിഡ്" അഥവാ ഡി എൻ എ (DNA) രക്തകോശങ്ങളിൽ നിന്ന് വേർതിരിച്ചെടുക്കുന്നു. വേർതിരിച്ചെടുത്ത ഡി എൻ എ രാസപദാർഥങ്ങൾ ഉപയോഗിച്ച് ഖണ്ഡങ്ങളായി മുറിച്ചശേഷം, വൈദ്യുതചാർജ്ജ് നൽകി ഒരു പ്രത്യേക മാധ്യമത്തിൽക്കൂടി സഞ്ചരിക്കാനനുവദിക്കുന്നു. ഖണ്ഡത്തിന്റെ വലിപ്പ വ്യത്യാസമനുസരിച്ച് ഇവ പല ദൂരങ്ങളിൽ സഞ്ചരിക്കുന്നു. ഇങ്ങനെ ലഭിക്കുന്ന ഡിഎൻഎ ഖണ്ഡങ്ങളെ "നൈട്രോസെല്ലുലോസ്" പ്ലേറ്റിലേക്ക് പകർത്തുന്നു. റേഡിയോ ആക്ടീവതയുള്ള വസ്തുക്കളുമായി ഈ ഖണ്ഡങ്ങളെ ബന്ധിപ്പിച്ച് എക്സ്റേ ചിത്രങ്ങളെടുക്കുന്നു. ഇതാണ് ഡി എൻ എ ഫിംഗർപ്രിന്റിങ് രീതി.

പിതൃത്വം സംബന്ധിച്ച സംശയമുണ്ടായാൽ കുട്ടിയുടേയും, പിതൃത്വം ആരോപിക്കുന്ന വ്യക്തിയുടേയും ഡിഎൻഎ പ്രിന്റുകൾ തയ്യാറാക്കി താരതമ്യപ്പെടുത്തിയാൽ, പിതൃത്വം ആരോപിക്കുന്ന വ്യക്തി യഥാർഥ പിതാവാണോ അല്ലയോ എന്ന് ഉറപ്പിച്ച് പറയാൻ പറ്റും. കുട്ടികളുടെ ഡി എൻ എ പ്രിന്റുകൾ, മാതാപിതാക്കളുടെ ഡിഎൻഎ പ്രിന്റുകളുടെ സമാനഭാഗങ്ങളുമായി കൃത്യമായ സാമ്യം കാണിക്കുമത്രേ. കൊലപാതകം, ബലാൽസംഗം തുടങ്ങിയ കുറ്റകൃത്യങ്ങളിൽ സംഭവസ്ഥലത്ത് നിന്നോ, അക്രമത്തിന് വിധേയരായ വ്യക്തികളിൽ നിന്നോ രക്തമോ

ബീജമോ കണ്ടെത്തി അവയിൽ നിന്നും ഡിഎൻഎ പ്രിന്റുകൾ ഉണ്ടാക്കുന്നു. ഇത് കുറ്റവാളികൾ എന്ന് സംശയിക്കുന്നവരുടെ ഡി എൻ എ പ്രിന്റുകളുമായി താരതമ്യ പ്പെടുത്തിയാണ് യഥാർഥ കുറ്റവാളിയെ കണ്ടുപിടിക്കുന്നത്.

15

രക്തദാനം

ജീവൻ നിലനിറുത്തുന്ന രക്തത്തിന് തുല്യമായി മറ്റൊന്നില്ല. രക്തം ആവശ്യമായി വരുമ്പോൾ അത് മനുഷ്യരിൽ നിന്നുതന്നെ ലഭിക്കേണ്ടിയിരിക്കുന്നു. ആരോഗ്യമുള്ള വ്യക്തികൾ നിശ്ചിത ഇടവേളകളിൽ രക്തദാനം നടത്തുന്നതിലൂടെ അനേകംപേരുടെ ജീവൻ രക്ഷിക്കാനാവും. 45 കിലോഗ്രാമിൽ കൂടുതൽ തൂക്കമുള്ളവരും, 100 മില്ലീ ലിറ്റർ രക്തത്തിൽ 12.5 ഗ്രാം അളവിൽ ഹീമോഗ്ലോബിൻ ഉള്ളവരുമായ 18നും 60നും മധ്യേപ്രായമുള്ള ഏത് സ്ത്രീക്കും പുരുഷനും രക്തദാനം നടത്താവുന്നതാണ്. രക്തദാനം മൂലം ആരോഗ്യത്തിന് യാതൊരു ഹാനിയും സംഭവിക്കുന്നില്ല. പുതിയ കോശങ്ങളുടെ ഉൽപ്പാദനത്തിന് രക്തദാനം പ്രചോദനമാവുകയും ചെയ്യുന്നു. രക്തദാനം നടത്തി 24 മുതൽ 36വരെ മണിക്കൂറുകൾക്കുള്ളിൽ രക്തത്തിന്റെ അളവ് പൂർവസ്ഥിതിയിലാവും.

"ഹെപ്പറ്റൈറ്റിസ് - ബി", "ഹെപ്പറ്റൈറ്റിസ്-സി", "എയ്ഡ്സ്" എന്നീ രോഗങ്ങൾ ബാധിച്ചവർ രക്തദാനം നടത്താൻ പാടുള്ളതല്ല. അപസ്മാരമോ മാനസികാസ്വാസ്ഥ്യമോ ഉള്ളവരും, രക്താതിമർദമുള്ളവരും രക്തദാനം നടത്തരുത്. രക്തത്തിന്റെ ലഭ്യത ആവശ്യത്തേക്കാൾ വളരെയേറെ കുറവാണ്. സ്വമേധയാ രക്തദാനം നടത്തുന്ന രീതി നമ്മുടെ രാജ്യത്ത് പ്രോത്സാഹിപ്പിക്കേണ്ടതാണ്.

രക്തവുമായി ബന്ധപ്പെട്ട നിരവധി കാര്യങ്ങൾ പറഞ്ഞു. എത്ര സങ്കീർണമായ പ്രവർത്തനങ്ങളാണ് മനുഷ്യശരീരത്തിൽ നടക്കുന്നത്. ഇനിയും കണ്ടെത്തുവാൻ കഴിഞ്ഞിട്ടില്ലാത്ത എത്രയോ കാര്യങ്ങളുണ്ട്. വൈദ്യശാസ്ത്ര ഗവേഷണം മനുഷ്യരാശിക്ക് പ്രയോജനപ്പെടുന്ന ഒട്ടേറെ സംഭാവനകൾ നൽകും എന്ന് പ്രതീക്ഷിക്കാം. സമീകൃതമായ ആഹാരം,

വ്യായാമം, ചിട്ടയായ ജീവിതം ഇവ മനുഷ്യരെ ആരോഗ്യവാന്മാരാക്കാൻ സഹായിക്കുന്നു. ആരോഗ്യമുള്ള മനസും ശരീരവും മനുഷ്യരെ രോഗങ്ങളിൽനിന്ന് കാത്തുരക്ഷിക്കുകയും ചെയ്യുന്നു.